ऋणानुबंध पूर्वीचा

भाग ३

सुजाता गोखले

प्रकाशक

अदिती अकॅडमी ऑफ जॅपनीज लँग्वेज

पुणे ४११००४

ऋणानुबंध पूर्वेचा -३

© २०२५   सुजाता गोखले

लेखिका :सुजाता गोखले (B. Pharm, M.A. Japanese)

प्रकाशक: अदिती अकॅडमी ऑफ जॅपनीज लँग्वेज (पुणे)

प्रकाशन हक्क ©सुजाता गोखले

मूल्य : ₹ ५००/-

आवृत्ती: प्रथम जून २०२५

मुखपृष्ठ ,मलपृष्ठ,रेखाटन चित्रे : अदिती गोखले पुणे.

ISBN:

माझ्या प्रवासात मला सतत प्रोत्साहन दिलंस साथ दिलीस...
संजय हे पुस्तक *तुझ्यासाठी.*

प्रस्तावना

सात वर्षांपूर्वी चालू झालेली एक रोलर कॉस्टर राईड.... प्रत्येकवेळी जपानचे एक नवीन अंग दाखवत राहिली ते आजवर. तशी या भाषेची ओळख अभियांत्रिकी शिक्षणाचे धडे घेत असतानाच झाली. अभ्यासासंबंधीत असलेली रोजची धावपळ करत असताना नव्याने समोर आलेल्या जपानी भाषेशी सूर जुळवणे सुरुवातीला जरा अवघडच गेले. पण कालांतराने त्याची निर्माण झालेली गोडी एका नव्या उमेदीत रुपांतरीत झाली. तसा मी सुरुवातीपासून जपानी भाषेच्या पुस्तकांशी कमीच जोडला गेलो. मात्र तो देश आणि त्याचे पैलू यांनी अफाट वेड लावलं. तिथे जायची आणि ती दुनिया जगून बघायची' अशी पाच वर्षांपूर्वी मनात निर्माण झालेली ठिणगी अनेकदा विझू पाहत होती. मात्र 'तू एक दिवस जपानमध्ये नक्की जाणार.... आणि तिथे आपण किस्सातेन (जपानचे अमृततुल्य) मध्ये आस्वाद घेणार....", या व अशा प्रोत्साहन देणाऱ्या प्रेमळ आधाराने जपानमध्ये नोकरी मिळेपर्यंत ती ठिणगी जिवंत ठेवली ती या पुस्तकाच्या लेखिका आणि माझ्या गुरु सौ. सुजाता गोखले यांनी! मी मनापासून संपूर्ण श्रेय त्यांना देतो. मागील वर्षी त्यांना, जपानमध्ये स्वगृही बोलावून जमेल तितके आदरातिथ्य करून माझ्या परीने गुरुदक्षिणा दिली.

दरम्यान अनेक टक्के टोणपे झेलावे लागले.. आव्हानांना सामोरं जावं लागलं.. पण एक श्वास हा सातत्याने जागवत राहिला आणि जपान जगवत राहिला. जपान हा देश मितभाषी आणि पर्यायाने मातृभाषा जागवणारा देश असल्यानं अप्रत्यक्षपणे आपल्यासाठी म्हणजेच बहु भाषिक मंडळींसाठी एक मोठा धडा आहे. या पुस्तकाचे पहिले दोन्ही भाग ज्याप्रमाणे संस्कृती ते संस्कार अशी सुंदर, रम्य आणि अविस्मरणीय सफरी घडवतात त्याचप्रमाणे या भागामध्येही अनेक आकर्षक जागा आणि अनुभव वाचकांना तशीच प्रचिती देतील.

आज दोन वर्षांहून अधिक काळ जपानमध्ये वास्तव्यास असताना 'यातील काही गोष्टी मीही अश्याच अनुभवल्या आहेत' ही सुखद भावना पुस्तक वाचताना मनात तरळत राहते. जसं जपान सर्वतोपरी सारखेपणासाठी, समान असण्यासाठी ओळखलं जातं; तसंच मला आलेले अनुभव देखील यास अपवाद नाहीत याची अनुभूती मिळत राहते. जपानकडे एक ध्येय, एक आव्हान आणि काही मानवी मूल्यांची सत्य प्रतिमा म्हणून बघताना, अनुभवताना वाटणारी सार्थकता; या प्रवासात साथ-सांगत लाभलेल्या व्यक्ती आणि गुरुवर्य वर्गाप्रति पुन्हा पुन्हा वाटणारी कृतज्ञता माझ्यासाठी अनमोल आहे.

या पुस्तकाच्या तिन्ही भागांमधून एक जादुई सफर घरबसल्या होत राहील आणि नवाख्यांसाठी या अनोख्या जागांच्या वाचनात आलेल्या गोष्टी देखील सतत रुंजी घालत राहतील. कारण हे पुस्तक लिहिणारी व्यक्ती तितकीच डोळस आहे. मी स्वतः या एका शिक्षक-विद्यार्थी नात्याच्या गोड धाग्याची साक्ष आहे. कायम एक समाधानी आणि सतत देणाऱ्याने देत जावे अश्या तत्त्वाचा अर्क असल्यामुळे सुजाता सेनसेइंनी घडवलेली सगळी लेकुरे आज उदंड जाली!!

मोहीत म्हसकर, जपान

(जपानी भाषेचे, सुजाता सेनसेइंचे उदंड झालेले एक लेकरू!)

कानसाइ शैक्षणिक सहल

१. शरद ऋतू आणि शैक्षणिक सहल

मे महिन्यात जपानहून परत आल्यावर माझ्या विद्‌यार्थ्यांनी मला शरद ऋतूच्या सहलीबद्‌दल विचारायला सुरवात केली. खरेतर मलाही जपानचा शरद ऋतू बघायची इच्छा होतीच त्याच बरोबर मुलांना जर सहलीला न्यायचे तर तशी मानसिक तयारीही मी केली होती.

यावेळेस मात्र काही बदल मी करणार होते.

एकतर नचिकेत तसा त्याच्या कामात व्यस्त असतो. दर वेळेस त्याची मदत घेणे योग्य नव्हते आणि मला विद्‌यार्थ्यांना कानसाइ मधल्या जागा जास्त दाखवायच्या होत्या त्यामुळे यावेळेस मी टोकियो वगळून फक्त ओसाका, क्योतो, कोबे आणि नारा ही पश्चिम जपानची ठिकाणे ठरवली होती.

त्यासाठी तयार असणाऱ्या विद्‌यार्थ्यांना मी सहलीबद्‌दल सांगितले. 'कानसाइ सहलीं'साठी ५ विद्‌यार्थिनी तयार झाल्या. देविका देशपांडे, संजना पोतदार, मनस्वी कवठणकर, साक्षी वाणी या चार माझ्या विद्‌यार्थिनी आणि माझी भाची

दीप्ती गोडबोले. वयाने तशा लहान म्हणजे १८-२३ वर्षे वय असणाऱ्या सगळ्या, त्यामुळे प्रचंड उत्साह होता.

सगळ्या बाबी पूर्ण झाल्या आणि आम्ही २० ऑक्टोबरला निघायचे नक्की झाले. २० ऑक्टोबर ते २९ ऑक्टोबर अशी ही सहल असणार होती.

'कानसाइ'चा आंतरराष्ट्रीय विमानतळ समुद्रामध्ये बांधला आहे. त्याचे एक आकर्षण जाताना होतेच. मी आतापर्यंत दोनदा कानसाइ विमानतळावरून ओसाकाला गेले असल्यामुळे मला तिथून नेणे सोयीचे आणि सवयीचे वाटत होते.

आमचा विमान प्रवास मुंबई ते क्वालालंपूर आणि क्वालालंपूर ते ओसाका असा होता.

२. क्वालालंपूर येथील धक्का...

आम्ही मुंबई ते क्वालालंपूर या विमानात चढलो खरे, पण ते विमान एक तास उशिरा सुटले होते. त्याआधी मुंबई विमानतळावर आम्ही स्टाफला विचारले होते की आमचे पुढील फ्लाईट क्वालालंपूरला मिळेल ना? तर इथल्या स्टाफने काही काळजी करू नका असे आम्हाला सांगितले.

आम्ही क्वालालंपूरला पोहोचलो आणि बघतो तर क्वालालंपूर ओसाका फ्लाईट कुठे दिसेना. आम्ही आपले बॅग्स घेऊन धावतोय आणि गेटवर पोहोचलो तर आम्हाला सांगितले की ती फ्लाईट निघून गेली. आम्ही अवाक झालो! क्वालालंपूर विमानतळावरील कर्मचारी अजिबात सहकार्य करीत नव्हते. इंग्लिश येत नाही अशी बतावणी करत होते. आम्हाला कळत नव्हते की पुढे काय करावे? कारण ओसाकाला जाणारी पुढची फ्लाईट दुसऱ्या दिवशी रात्री दहाला होती. आमच्याकडे क्वालालंपूरचा व्हिसा नव्हता. त्यामुळे विमानतळावर पुढचे २४ तास घालवण्याशिवाय आमच्याकडे काहीही पर्याय

नव्हता. आम्हाला एअपोर्टवर हॉटेलमधे रूम्स द्या असे आम्ही तिथल्या कर्मचाऱ्यांना सांगितले. कारण फ्लाईट चुकली यात आमची काहीच चूक नव्हती. आमच्या बरोबर एक ओसाकाचा जपानी माणूसही होता. त्याचे आमचे बोलणे झाले त्यात आम्हाला कळले की जपानी माणसांना आशिया खंडातील जवळ जवळ सगळ्या देशांमध्ये व्हिसा लागत नाही. त्यामुळे तो बाहेर जाऊ शकत होता. त्याने त्याच्या मित्राला फोन केला आणि तो बाहेर पडला.

मी विचार करत होते की जपानचा व्हिसा किती प्रबळ आहे! भारतीय व्हिसाही कधीतरी असा होईलच.

आम्हाला तिथल्या स्टाफ्ने रात्रीसाठी दोन रूम्स दिल्या. त्या रात्रीची जेवणाची कूपने दिली. दुसऱ्या दिवशीची ब्रेकफास्ट, लंच आणि डिनरचीही कूपने दिली.

आमचा एक दिवस पूर्ण वाया गेला होता...

३. कानसाइ एअरपोर्ट आणि ऋषिकेशची भेट

मुली सगळ्या अगदी हसत-खेळत वेळ घालवत होत्या. दुष्काळात १३वा महिना की काय म्हणून माझा फोन पूर्ण बंद पडला. काही केल्या सुरू होत नव्हता. त्यामुळे सगळे मेसेजेस मुलींना करावे लागत होते. माझी भाची दीप्ती गोडबोले ही सुद्धा शैक्षणिक सहलीसाठी आली होती. तिला मी एक दिवस आधी जपान मधले काही नंबर देऊन ठेवले होते. त्यात ऋषिकेश गलगली हा माझा विद्यार्थी जो आम्हाला कानसाइ एअपोर्टवर न्यायला येणार होता, त्याचा नंबर आणि आम्ही पहिल्या दिवशी किबुने इथे जायचे ठरवले होते त्यासाठी हिरोयुकी सेनसेइ सोबत येणार होते, त्यांचा नंबर दिलेला होता. माझा फोन बंद पडल्यानंतर आम्ही आमच्या ठरलेल्या दिवसाच्या दुसऱ्या दिवशी पोहोचत

आहोत असा मेसेज दोघांना तिने पाठवला. तसेच जे हॉटेल बुक केले होते तिथेही कळवले.

एकंदर काय तर क्वालालंपूर एअपोर्टवर "सामा सामा" हॉटेलमधे आम्ही मजेत वेळ घालवत होतो. त्यात मुलींनी गाणी, नृत्य, इत्यादी करून मजा केली. दुसऱ्या दिवशीचा नाश्ता, जेवण सगळे आटपून आम्ही ओसाकाच्या फ्लाईटची वाट पाहू लागलो. ते विमान वेळेवर सुटले आणि रविवार सकाळ ऐवजी आम्ही सोमवारी सकाळी ओसाकाला पोहोचलो.

विमानातून उतरल्यानंतर आम्हाला शटल ट्रेनने समुद्रातून कानसाइ एअपोर्टवर जायचे होते. शटल ट्रेनमधे बसल्यानंतर मुलींना खूप आनंद झाला. बाहेर दिसणारा समुद्र आणि त्यावर बांधलेला रनवे दिसत होता. काही मिनिटांचाच तो प्रवास असतो पण टेक्नॉलॉजीची कमाल आपल्याला पाहायला मिळते. समुद्रातून ट्रेनने जमिनीवर येतानाचा अनुभव हा क्ति अद्भुत असतो तो प्रत्यक्षच अनुभवायला हवा.

कानसाइ एअपोर्टवर ऋषिकेश आम्हाला न्यायला आला होता. मी ऋषिकेशला या वर्षीच माझ्या वाढदिवसाच्या दिवशी फेब्रुवारीमध्ये भेटले होते.

ऋषिकेशला ओसाकामध्ये आता जवळ जवळ दोन वर्ष होत आली होती. जपानी संस्कृती पूर्णपणे त्याला समजली होती. वेळ पाळणे, जमेल तितकी दुसऱ्यांना मदत करणे, मेहेनत घेणे, हे सगळे गुण त्याच्याकडे आहेत.

मी आणि त्याने सगळ्यांचे कानसाइ पास काढायचे ठरवले. मुलींना थांबायला सांगून आम्ही कानसाइ पास काढायला गेलो. सगळ्यांचे पासपोर्ट दाखवून आम्ही ते पास खरेदी केले आणि हिगाशी उमेदा येथे जायला निघालो. आमचे हॉटेल हिगाशी उमेदा इथे होते.

'नानकाइ' लाईनने जायचे होते. कानसाइ पास तीन दिवसांचा होता. तो आजपासून वापरणार नव्हतो. त्यामुळे मुलींना वेंडींग मशीन मधून तिकिटे कशी काढायची ते शिकवले. त्यांनी आपली तिकिटे काढली.

हिगाशी उमेदला पोहोचल्यावर ऋषिकेशने दाखवलेल्या रस्त्याने आम्ही हॉटेलमध्ये पोहोचलो. आज ओसाका फिरायला बाहेर जायचे असे आम्ही ठरवले. ऋषिकेशला सगळ्या मुलींनी 'ऋषिदादा' करून टाकले होते. तो ही त्यांच्यात छान मिसळला होता. आज पूर्ण दिवस तो आमच्या सोबत असणार होता.

माझा फोन चालू झाला होता आणि हिरोयुकी सेनसेइंचा मला मेसेज आला की "तुझे येन (जपानी पैसे) घेऊन मी संध्याकाळी येतो. तुम्ही कुठे असाल ते कळव." मी भारतातून त्यांना पैसे पाठवून सहलीला लागतील ते येन त्यांच्याकडून घ्यायचे ठरवले होते. यावेळेस पुण्याच्या फोरेक्स कंपनीकडे कॅश फारशी नव्हती आणि जपानमधे बऱ्याच ठिकाणी कॅश वापरावी लागते, त्यामुळे मी सेनसेइंना विनंती केली होती. त्यानुसार ते मला येन द्यायला येणार होते.

ऋषिकेशला संध्याकाळी आपण कुठे असणार ते विचारून मी त्यांना ठिकाण सांगितले आम्ही शिनसेकाइच्या 'कुरा-सुशी' (जिथे मला मागच्या वाढदिवसाला ऋषिकेशने नेले होते) इथे असणार होतो. तिथे सेनसेइ येणार होते.

आम्ही सगळे आटपून प्रथम तेंनोजीच्या प्राणी-संग्रहालयात जायचे ठरवले. त्याप्रमाणे आम्ही तेंनोजीला आलो.

४. गिंकगो

आकाश अगदी निरभ्र होते. निव्ल्या भोर आकाशाच्या पार्श्वभूमीवर आम्हाला पहिली दिसली ती 'आबे नो हारूकासू बिल्डिंग'. मुलींनी फोटो काढायला सुरवात केली होती. आम्हाला प्राणी-संग्रहालयापर्यंत चालत जायचे होते. वाटेवर शरद ऋतू सुरू झाल्याच्या खुणा दिसू लागल्या होत्या.... त्यात माझे आवडते झाड आणि त्याची पाने गिंकगो दिसले. जपानी भाषेत त्याला 'इचों' असेही नाव आहे. फार सुरेख आकाराची पाने असतात. फुलाच्या पाकळीचा आकार किंवा

जपानी हात-पंख्याचा (सेंसु, जो फोल्ड करता येतो) उघडलेला आकार जसा दिसतो त्या आकाराचे गिंकगोचे पान असते. हिरवा, पोपटी रंग असताना सुरेख दिसतेच, पण आता शरद ऋतूत पाने रंग बदलून सोनेरी होतात. पिवळी असे म्हटले तरी चूक नाही पण सोनेरी छटा असते. गिंकगो हे टोकियो राजधानीचे सरकारी झाड आहे (official tree) तसेच जपानी पारंपरिक टी सेरेमनी शिकवणाऱ्या 'उरासेंके' या शाळेचा सिम्बॉल आहे. जपानी सुमो यांच्या डोक्यावर जी गाठ असते त्याला ही 'गिंकगो टॉपनॉट' म्हणतात. ह्या झाडाची पाने सोनेरी रंगाची व्हायला लागली होती आणि बरीच झाडे दुपारच्या ऊन्हात चमकत होती. शरद ऋतूची सुरवात झाली होती. प्रसन्न वातावरणात चालायला छान वाटत होते. मुलींना प्राणी-संग्रहालय बघण्यासाठी तिकिटासाठी येन देऊन मी आणि ऋषिकेश चालू लागलो. आम्हाला प्राणी-संग्रहालयाच्या बाहेर पडण्याच्या दरवाज्याकडे भेटा असे मुलींना मी सांगितले.

प्राणी-संग्रहालय न बघण्या मागे माझे दोन उद्देश होते. मुलींना थोडी मोकळीक मिळावी (शिक्षिका बरोबर असताना बरेचदा मोकळेपणा राहत नाही) आणि मला ऋषिकेश बरोबर काही गोष्टी ठरवायच्या होत्या.

आम्ही बोलत बोलत प्राणी-संग्रहालयाचे दुसरे दार होते तिथे पोहोचलो. मुली तिथे काही वेळाने आल्या. फोटो सेशन तर जरूरी होतेच. थोडी थंडीची सुरवात झाली होती. सगळ्यांनी स्वेटर चढवले आणि त्यानंतर आम्ही शिनसेकाइला जायचे ठरवले.

५. शिनसेकाइ आणि बिल्लिकेन

'शिनसेकाइ' हा ओसाकाचा दोतोंबोरी सारखाच अजून एक गजबजलेला भाग आहे. इथे खाण्याची दुकाने, रेस्टॉरंट्स आणि आकर्षित करतील असे खेळांचे शॉप्स आहेत. शिवाय पूर्वीच्या काळी सर्वात उंच म्हणून प्रसिद्ध असलेला टॉवर 'त्सूतेनकाकु' हा आहे. हा टॉवर १९१२ मध्ये प्रथम बांधला होता. त्यावेळी

त्याची उंची ७५ मीटर होती आणि त्याकाळात तो सगळ्यात उंच टॉवर होता. 'चूतेनकाकू' ह्या शब्दाचा अर्थ 'आकाशाला भिडणारा' असा आहे. १९४३ साली तो आगीत भस्मसात झाला होता. आता आहे तो टॉवर १९५६ मध्ये बांधण्यात आला आहे. आता त्याची उंची १०८ मीटर असून श्री. नाईतो हे त्याचे डिझाईनर होते, ज्यांनी टोकियो टॉवरचे डिझाइनही केले आहे. ह्या टॉवरच्या तळभागाखाली उभे राहिले तर अतिशय सुरेख डिझाईन पाहायला मिळते. अष्टकोनात रंगवलेले मोर आणि फुले, त्यांचे डोळ्याला सुखावणारे रंग, समतोलपणा,आकर्षकता यामधे त्या कलाकाराची सौंदर्यदृष्टी समजते. त्या चित्राच्या मध्यभागी काही चित्रलिपी आहे. त्याबद्दल मी हिरोयुकी सेनसेइंना विचारले असता त्यांनी सांगितले की महायुद्ध काळापूर्वी असलेल्या एका टूथ पेस्ट कंपनीचे ते नाव आहे. त्या कंपनीचे इतर प्रॉडक्ट्स ही तिथे लिहिले आहेत. आता ती कंपनी अस्तित्वात नाही. ही माहिती मला नेटवर मिळाली नाही. एका छोट्या कंपनीची आठवण ठेवणारा तो टॉवर मला खूप आवडला. आम्ही तिथे बरेच फोटो काढले.

तिथे एका दुकानात आम्हाला ऋषिकेश घेऊन गेला. ते अगदी पूर्वीच्या काळी जे लहान मुलांचे खेळ असायचे त्याचे दुकान होते. जसे की जुन्या बाहुल्या किंवा पत्ते, घरात खेळायचे काही गेम्स, लाकडाचे खेळ जे आता नवीन टेक्नॉलॉजीच्या काळात पडद्याआड गेले आहेत. तिथून आम्ही बरेच ठिकाणी फिरलो. एक सोनेरी रंगाची मूर्ती सगळीकडे दिसत होती. ह्याला बिल्लिकेन म्हणतात. दोन्ही तळपाय समोर ठेवून बसलेली मूर्ती,चेहरा थोडा लहान मुलासारखा,डोळे मिटलेले आणि हसरा चेहेरा असतो. ही मूर्ती बहुतेक सगळ्या दुकानांसमोर होती. ऋषिकेशने सांगितले की ह्याला इथे चांगल्या नशिबाचा देव असे मानले जाते. जपानी लोकं ह्या मूर्तीच्या तळपायाला हात लावून चांगल्या नशिबाची प्रार्थना करतात. हा ओसाकाचा अनधिकृत शुभ-वस्तू (unofficial mascot) आहे असे मानले जाते. मूळ अमेरिकेचा आणि १९१२ मध्ये जपानमध्ये येऊन प्रसिद्ध झालेला हा बिल्लिकेन मला आवडला. मी पण त्याच्या तळपायाला हात लावले. तिथे आम्ही बरेच फिरलो. रंगीबेरंगी

झगमगती दुकाने, आकर्षक आणि डोळ्यांना सुखावणारे मोठ्ठमोठे म्युरलस्
सगळीकडे दिसतात. दोतोंबोरीला असे डिस्प्ले बघायची सवय आहे पण इथल्या
म्युरलस्च्या संकल्पना थोड्या वेगळ्या आहेत. त्यात मुख्यत: सुमो, सामुराई,
मासेमारी करणाऱ्या बोटी, मासे असे अनेक खरेखुरे वाटणारे डिस्प्ले दिसतात.
पाहात राहावे असे रंग आणि विविधता दिसते. मुलींनी इथे छान छान फोटो
काढले.

साधारण सात-साडेसातच्या सुमारास आम्ही 'कुरा-सुशी'ला जायचे ठरवले.
ह्यावेळी तीनजणी पूर्णपणे शाकाहारी होत्या. साक्षी, देविका आणि दिप्ती.
हृषिकेश स्वतः शाकाहारी असल्यामुळे त्याने कुरा-सुशी सुचवले होते. आम्ही
कुरा-सुशीमध्ये शिरलो आणि मुली सुशीवर ताव मारण्यासाठी सज्ज झाल्या....

६. कुरा-सुशी आणि दोतोंबोरी...
ओसाकाची संध्याकाळ

कुरा-सुशीमध्ये दोन गट झाले - शाकाहारी आणि मांसाहारी. त्यानुसार संजना,
मनस्वी आणि मी एका टेबलवर तर शाकाहारी असलेले दिप्ती, साक्षी, देविका
आणि ऋषिकेश शेजारील टेबलवर स्थानापन्न झालो. बरेच फिरल्यामुळे भूक
लागली होती. आम्ही मासे असलेल्या काही सुशी घेतल्या. कुरा-सुशीमध्ये इतर
अनेक पदार्थही खूप छान मिळतात. ओनियन रिंग्ज,शाकाहारी सुशीमध्ये सॅलड
सुशी,कॉर्न सुशी,इनारीझुशी (सोयाबीनचे फ्राईड पॉकेट करून त्यात सुशी राईस
भरलेला असतो, थोडी गोडसर चव असते),काकडी आणि गाजर असलेली सुशी
असे अनेक चविष्ट प्रकार असल्यामुळे ते प्रकार जास्त घेतले. सगळ्या खुश
होत्या. त्यात ऋषिकेशने त्यांना त्या रेस्टोरंटमधील गेम सांगितले, त्यात
दिप्ती जिंकली. सगळ्यात शेवटी डेझर्टमध्ये ताइयाकी आणि आईसक्रीम असा
अतिशय सुरेख दिसणारा आणि छान गोड पदार्थ आम्ही मागवला.

ताइयाकी हा बेक केलेला आणि आत आझुकी बीन्सची गोड पेस्ट भरलेला जपान मधील अतिशय लोकप्रिय पदार्थ आहे. मी सर्वप्रथम ताइयाकी नागोयामधे २०१९ मध्ये खाल्ला होता. गरम गरम खाताना फार छान लागतो. वरचे कुरकुरीत आवरण आणि आतमधे रेशमी गोड पुरणासारखी पेस्ट. त्याच्याबरोबर आइस्क्रीम म्हणजे तर दुग्ध-शर्करा योग! आम्ही बऱ्याच सुशी खाल्ल्या होत्या त्यामुळे खरंतर आता पोटात फारशी जागा नव्हती, परंतु ऋषिकेशने आग्रह केल्यामुळे आम्ही तो पदार्थ घेतला आणि धन्य झालो.

तितक्यात सेनसेइंचा मेसेज आला की मी कुरा-सुशी येथे आलो आहे आणि बाहेर उभा आहे.

मी बाहेर जाऊन त्यांना भेटले. त्यांनी मला येनचे पाकीट दिले. मी त्यांना आमच्या सोबत यायचा आग्रह केला. मुलींशी ओळख झाली असती आणि ऋषिकेशही होता तसा जपानी बोलणारा. ते हो म्हणाले आणि आम्ही नांबाला जायचे ठरवले.

नांबाला जात असताना मुलींनी एक गोष्ट निदर्शनास आणली जी माझ्या आधी लक्षात आली नव्हती. 'दोबुत्सूएन माए' (मराठीत अर्थ 'प्राणि-संग्रहालयासमोर') असे त्या स्टेशनचे नाव होते. तिथे भिंतीवर सगळ्या प्राण्यांची चित्रे कोरली होती. अतिशय सुरेख कोरीव काम होते. शिवाय स्टेशनच्या खांबांवर प्राण्यांचे चेहरे ही कोरलेले दिसत होते. मुलींनी तिथे पटापट फोटो काढले. लहान मुलांना तर प्राणी आवडतातच पण मोठ्या मुलांनाही आकर्षक वाटावे असे हे स्टेशन होते. नांबा दोतोंबोरी हा परिसर मुलींना नक्की आवडणार होता.

वाटले होते तसेच झाले मुली दोतोंबोरीमधे खूप रमल्या. तिथले वातावरण तरुण मुला-मुलींना अगदी आवडणारे असेच आहे. नदीतील लाँच, तिथली सगळ्या रेस्टॉरंट्स मधली गर्दी, तरीही ज्याचा अजिबात त्रास होत नाही असेच वातावरण, झगमगणाऱ्या निऑनच्या जाहिराती हे सगळे मुलींनी खूप एन्जॉय

केले. सेनसेइंसोबत ग्रुप फोटो झाले. त्यानंतर सेनसेइंनी होझेंजी देवळात जायचे सुचवले.

'नांबा'सारख्या गजबजलेल्या भागातील अतिशय शांत असे 'होझेंजी' देऊळ मी २०१९ मध्ये सेनसेइंसोबत दिवसा पाहिले होते. परंतु आता त्याचे रूप काही औरच दिसत होते. सोनेरी रंगांचे कागदाचे लंबगोलाकार कंदील आणि पांढऱ्या रंगांचे काचेचे चौकोनी कंदील ह्याची आरास २०१९ मध्ये मी दिवसा गेले असताना अजिबात जाणवली नव्हती मला. काचेचे जे कंदील होते त्यांना मेटलच्या अतिशय नाजूक नक्षीदार जाळ्या बसवल्या होत्या. त्या जाळ्यांवर चित्रलिपीत काही लिहिले होते. त्या चित्रलिपी मला काही वाचता येत नव्हत्या. नंतर मी सेनसेइंना त्याबद्दल विचारले तेव्हा त्यांनी सांगितले की ते संस्कृत आहे आणि त्याचा अर्थ 'नमो बुद्धाय' असा आहे. मंदिराच्या छतावर अनेक कंदील रांगेमध्ये लावण्याची जपानी पद्धत मला फार आवडते. त्या लिहिलेल्या शब्दांमुळे तर नक्कीच तिथले वातावरण प्रसन्न आणि पवित्र होते. देवळाच्या बाजूला एका भिंतीवर अनेक अगदी छोट्या परंतु सुबक कोरलेल्या मूर्ती होत्या. कंदिलाच्या त्या मंद प्रकाशात तिथला देव 'फुदो मायो' (बुद्धाच्या ५ अनुयायांपैकी एक) सुरेख दिसत होता. 'मिझुकाके' बद्दल मी आधीच्या पुस्तकात लिहिले आहेच. 'मिझुकाके' म्हणजे त्या मूर्तीवर पाणी घालणे. त्यामुळे ती मूर्ती पूर्णपणे शेवाळाने हिरवीगार झालेली आहे.

हे देऊळ ओसाकामध्ये अतिशय पवित्र देऊळ म्हणून प्रसिद्ध आहे.

तिथून आम्ही सेनसेइंना निरोप दिला आणि परत जायला निघालो.

परत जाताना जपानचा अजून एक प्रसिद्ध गोड पदार्थ म्हणजे 'क्रेपे' (मैद्याच्या पोळीमध्ये भरपूर फळे आणि क्रीम घालून केलेला हा पदार्थ) मुलींनी घेतला.

पहिला दिवस मजेत पार पडला होता.

विमान चुकले, दिवस फुकट गेला याचे दुःख कुणाला नव्हते. जपानमध्ये आल्याचा आनंद, तिथल्या अनेक गोष्टी पाहिल्या आणि अभ्यासल्या याचे समाधान मुलींच्या चेहऱ्यावर दिसत होते.

उद्या ओसाका किल्ला पाहायला जाऊ असे ठरवून आम्ही ऋषिकेशला निरोप दिला. मुलींच्या पाठ्यपुस्तकात असलेला ओसाका किल्ला आता त्या प्रत्यक्ष बघणार होत्या ....

७. ओसाका किल्ला

सकाळी उठल्यावर हॉटेल मधला ब्रेकफास्ट सगळ्यांनी घेतला. त्यात २-३ प्रकारचे ज्यूस, ३-४ प्रकारचे ब्रेडस, दोन प्रकारची सॉलड्स (ग्रीन सॉलड आणि बटाटा-दही सॉलड), चहा, कॉफी, कॉर्न सूप, मशरूम सूप, दूध, कॉर्न फ्लेक्स, जॅम, अंडी असे अनेक प्रकार होते. ज्याला जे आवडेल ते त्याने घेतले. इथे कॉफी-चहा हवा तेव्हा आणि फ्री असायचा. हॉटेलच्या मुली येऊन सगळे नीट मांडायच्या.

ऋषिकेश हॉटेलमध्ये आला आणि मग आम्ही ओसाकाला जायचे ठरवले. ओसाका स्टेशन चालत १५ मिनिटांवर होते.

रस्ता ओलांडताना मुलींना तिथली ट्रॅफिकची शिस्त पाहून आश्चर्य वाटत होते. एकही वाहन हॉर्न वाजवत नव्हते, की सिग्नल तोडत नव्हते. माणसे सकाळच्या गडबडीत असली तरी सगळे नियम पाळत होती. हे जे मी शिकवताना वारंवार सांगते ते मुली आता प्रत्यक्ष बघत आणि अनुभवत होत्या. ओसाका स्टेशनला आलो, तिथे मुलींना त्यांची आवडती 'ॲनिमे'ची कॅरेक्टर्स पिकाचु आणि त्याचे साथीदार' यांची चित्रे दिसली. मग काय, त्यांच्यासोबत मुलींनी भरपूर फोटो काढून घेतले.

तिथले पाण्याचे घड्याळ पाहून मुलींना इतका आनंद झाला की सगळ्या डिस्प्लेंचे फोटो काढून झाले. आता मात्र निघायला हवे होते. ओसाका मेट्रोने जायचे ठरवले.

ओसकाजो कोउएन एकी (ओसाका किल्ला बाग स्टेशन) असे स्टेशनचे नाव आहे. तिथे आम्हाला उतरायचे होते. ओसाका किल्ला मी २०११ आणि २०१७ मध्ये पाहिला होता पण तेव्हा कारने आणि नंतर मीनू बरोबर बसने आले होते. यावेळी प्रथमच मी ट्रेनने जाणार होते.

जपानी पाठ्यपुस्तकात 'ओसाका जो कोउएन एकी'चा उल्लेख आहे ते मुलींना आठवले. आता त्या ते प्रत्यक्ष पाहणार होत्या त्यामुळे त्यांच्यात उत्साह होता. ट्रेनमध्ये चढल्यानंतर जिथे तिथे दिसणारी आणि अभ्यासक्रमात असणारी चित्रलिपी त्यांना वाचता येत होती. ती वाचायचा त्या प्रयत्न करत होत्या. ट्रेनमध्ये चढताना होणाऱ्या अनाऊन्समेंट, ट्रेनमधल्या अनाऊन्समेंट ह्या जपानी, चिनी, कोरियन आणि इंग्लिश भाषेमध्ये होतात. मुलींना जपानी भाषा शिकताना परीक्षेत ऐकण्याचा एक पेपर असतो. त्यासाठी हा एक सरावच होता. कोणतीही परकीय भाषा शिकताना त्या देशात ती ऐकायला, वाचायला, बोलायला मिळणे हा खूप वेगळा आणि उपयोगी अनुभव असतो.

थोड्याच वेळात उतरायचे स्टेशन आले. आम्ही उतरलो आणि स्टेशन समोर मुलींनी आठवणीसाठी पाठीमागे स्टेशनचे नाव दिसेल असा ग्रुप फोटो काढला.

स्टेशन समोरील जागा फारच प्रशस्त आणि मोठी होती.

आम्ही चालायला सुरवात केली. आजूबाजूला अनेक रेस्टॉरंट्स होती. त्यात स्टारबक्सचा वेगळेपणा उठून दिसत होता. तिथे किल्ल्याची माहिती लिहिली होती आणि बागेचा नकाशा होता.

बागेमध्ये सगळीकडे गिंकगोची सोनेरी झालेली झाडे दिसत होती. कारंज होते. छान हवा होती. ऊन असले तरी हवेत सुरेख थंडावा होता. कितीही चालले तरी थकवा येत नव्हता. मधेच एक ताइयाकी सारखाच पण आकाराने वेगळा

पदार्थ एक बाई विकत होती. त्याचा आकार १०० येनच्या नाण्यासारखा होता आणि आतमध्ये 'आझुकि बीन्स'ची पेस्ट, चीझ, क्रीम असे पदार्थ भरले होते. तिथे आम्ही तो पदार्थ विकत घेतला.

पुढे गेल्यावर ओसाका किल्ला दिसला. मी खूप वर्षांनी तो पहात होते. सुरेख दिसत होता. त्याच्या समोर असलेल्या प्रशस्त मैदानात आम्ही फोटो काढले.

ओसाका किल्ल्याची बाग ही ओसाका मधली सार्वजनिक बागांपैकी दुसऱ्या क्रमांकाची मोठी बाग आहे. तिथे मिराराझा नावाचा मोठा शॉपिंग मॉल आहे. इटालियन - फ्रेंच रेस्टॉरंट्स, म्युझियम, शॉपिंग सेंटर अशा अनेक गोष्टींसाठी तो प्रसिद्ध असून ओसाका किल्ल्याच्या अगदी समोर आहे. तो १९३१ मध्ये ओसाका किल्ल्याच्या टॉवर बरोबरच बांधला आहे. इथे आम्ही खूप भेटवस्तू खरेदी केल्या, ज्या इतर ठिकाणी मिळणार नव्हत्या. त्यात ओसाका किल्ल्याच्या की-चेन, फ्रिज मॅग्नेट्स ह्या मुख्य भेटवस्तू होत्या.

किल्ल्या भोवतालच्या बागेत पूर्ण परिसर फिरून बघता यावा यासाठी एक ट्रेन सुद्धा आहे. तसेच तिथे अनेक मोठी सूर्यफुले बहरलेली होती. आकाशात एकही ढग नव्हता आणि निळ्या रंगाच्या विविध छटा दिसत होत्या. आम्ही खूप चाललो आणि मग जेवायला जायचे ठरवले.

८. आराशियामाची संध्याकाळ

दुसऱ्या दिवशी आम्ही क्योतो फिरायचे ठरवले. सकाळी लवकर बाहेर पडलो. सकाळच्या वेळात क्योतो मधले किन्नकाकुजी आणि कियोमिझुदेरा ही दोन ठिकाणे पाहायची ठरवली. त्यानुसार सगळे व्यवस्थित पार पडले, पण एक घोळ झालाच. कियोमिझुदेरा पाहून येत असताना देविकाचा कानसाई पास हरवला आणि बस स्टॉपवर आल्यावर तिच्या ते लक्षात आले. आता परत जाऊन पाहावे असे ठरले. एकतर पास ५००० येनचा होता ही गोष्ट वेगळीच, पण तो ३ दिवसांचा होता आणि आज पहिलाच दिवस होता. दिप्ती आणि

देविका तो शोधायला परत मागे फिरल्या. आम्हाला बसस्टॉपवर वाट पाहात बसण्याशिवाय दुसरे गत्यंतर नव्हते. मिळेल का नाही ही धाकधूक होती ते वेगळंच. जवळ जवळ ३०/४० मिनिटांनी दोघी आल्या तेव्हा पास मिळाल्याचा आनंद दोघींच्या चेहऱ्यावर दिसत होता. त्याचे असे झाले की दोघीही थेट देवळापर्यंत जाऊन आल्या, पण त्यांना काही पास मिळाला नाही. शेवटी कुठे कुठे थांबलो ते आठवत त्या परत यायला निघाल्या तेव्हा एका दुकानाबाहेर दुकानदार एक पास उचलताना देविकाने पाहिला. तिने पटकन जाऊन त्याला तो कानसाइ पास आहे का ते जपानी भाषेत विचारून तिचा पास हरवला आहे ते सांगितले आणि त्या दुकानदाराने तो तिला दिला. इतका छोटा पास शोधणे म्हणजे समुद्रात टाचणी शोधण्यासारखे होते. पण आश्चर्य म्हणजे तो असा मिळाला. हे खरंच नवल होतं. इतक्या माणसांच्या गर्दीमध्ये नेमका तो पास त्या दुकानदाराला मिळावा आणि त्याच वेळी तो देविकाला दिसावा !!

पण या सर्वात आमचा बराच वेळ फुकट गेला होता. मुलींना आराशियामाला जायचे होते त्या बसमध्ये आम्ही चढलो. आराशियामाला पोहोचेपर्यंत बरीच संध्याकाळ झाली.

काळोख बराच झाला होता त्यामुळे बांबूबनात जाणे शक्य नव्हते. आम्ही एक फेरी मारून परत आराशियामा स्टेशनवर जायचे ठरवले.

आराशियामा गाव तसे छोटेच आहे. क्योतो मधले नैसर्गिक सौंदर्याने नटलेले गाव आहे ते. अतिशय सुरेख, नेटकी लाकडाची घरे पारंपरिक पद्धतीने बांधलेली आहेत. घराबाहेर सुरेख छोटी बाग,पारंपरिक पद्धतीचे दिवे,कंदील असा सुरेख नजारा होता तो. नदी वाहात होती. तिचा खळखळाट ऐकत आम्ही स्टेशनच्या दिशेने चालू लागलो .

स्टेशनवर पोहोचलो.

रात्रीचे आराशियामा स्टेशन सुरेख दिसत होते. स्टेशनवरचे कंदीलाच्या स्वरूपातील दिवे आकर्षक होते. त्यावर साकुरा फुले आणि चिनार पानांचे

सुंदर नाजूक डिझाईन होते. रात्रीची दिवे लागणी झाल्यावर ते कंदील सुरेख दिसत होते. सोनेरी प्रकाश होता आणि पूर्ण स्टेशन उजळून निघाले होते.

उद्या कोबेला जायचे होते त्याबद्दल चर्चा करत आम्ही हॉटेलवर पोहोचलो.

९. कोबे बंदर आणि परत आराशियामा

कोबे बंदरावर पोहोचलो आणि इतकी सुरेख सकाळ समुद्राच्या सानिध्यात घालवायची या जाणिवेने सगळ्या खुश होत्या. समोर अथांग पसरलेला निळाभोर समुद्र, त्यात असलेल्या पांढऱ्या शुभ्र बोटी, समुद्रात बांधलेली उच्च प्रतीची हॉटेल्स, बंदरावर असलेले म्युझियम आणि अनेक आकर्षक दुकाने..... या सगळ्यात वेळ कसा गेला ते कळलेच नाही. बंदरावर असलेल्या जायंट फेरी व्हीलमध्ये सगळ्यांना बसायचे होते. मुलींना तिकिटे काढून दिली आणि मी दुकाने फिरून बघायचे ठरवले.

आधी मी तेथील 'आन पान मान' ह्या ॲनिमे मधील एका कॅरॅक्टरचे म्युझियम पाहिले. नंतर 'घिबली मूवी' (म्हणजे श्री. मियाझाकी यांनी तयार केलेले ॲनिमेशन चित्रपट) चित्रपटांतील पात्रे आणि वस्तूंच्या दुकानात शिरले. बघावे तिथे सगळीकडे घिबली चित्रपटातील कॅरॅक्टरच्या वस्तू विकायला ठेवलेल्या होत्या. त्यात की-चेन, रुमाल, पिशव्या, उशांचे अभ्रे, पत्ते, शोभेच्या वस्तू, इत्यादी होते. त्यात मनाला भुरळ घालण्याची ताक्द तर होतीच, पण मला नवल याचे वाटत होते की अगदी १९८८ मधील ॲनिमेशन चित्रपटांचे सुद्धा सोविनीअरस् होते. इतकी प्रसिद्धी आजपर्यंत असणे हे खरंच आश्चर्यकारक आहे. मी 'तोनारी नो तोतोरो' ह्या १९८८ मधील ॲनिमेशन चित्रपटाचे सोविनीअरस् घेतले.

मुलींचे फेरी व्हीलमध्ये बसून झाले होते. तिथून आम्ही एका इटालियन रेस्टॉरंटमध्ये जेवायला गेलो. इटालियन जेवणात बऱ्यापैकी शाकाहारी पदार्थ

असतात म्हणून आम्ही ते निवडले. भरपूर ताव मारून झाल्यावर अर्धा दिवस उरला होता. आम्ही मग, काल उशिरा गेलो असल्यामुळे न बघायला मिळालेले आराशियामा बघायचे ठरवले.

ट्रेनने जायचे असे ठरले आणि परत आराशियामा स्टेशनवर पोहोचलो.

जपानची रेल्वे स्टेशन्स मला खूप आवडतात ती अनेक कारणांमुळे. परंतु आराशियामा स्टेशन आवडण्याचे कारण वेगळे आहे. हांक्यु लाईन'चे आराशियामा स्टेशन छोटेसेच आहे. परंतु त्याचे आकर्षण म्हणजे तिथे असणारे कांदिलासारखे आकार असणारे दिवे!

आराशियामा प्रसिद्ध आहे ते मुख्य दोन कारणांमुळे एक म्हणजे साकुराची असंख्य झाडे असलेली विस्तीर्ण बाग आणि चिनार वृक्षांचा डोंगर. साकुराचे नाजूक फूल आणि चिनारचे पान यांचे कोरीव काम केलेले कंदील या स्टेशनवर आहेत. रात्री कंदिलाच्या प्रकाशात ती पाने आणि फुले बघताना मन हरपून जाते. स्टेशनवर जणू दिव्यांची आरास केली असावी इतके कंदील आहेत.

नदी पार करून आम्ही बांबूच्या बनात ही गेलो, आणि तिथले शिंतो देऊळही पाहिले. मुलींना मला एक गोष्ट दाखवायची होती जी त्यांना मी सांगितली नव्हती. ती म्हणजे किमोनो फॉरेस्ट. रान्देनचे (क्योतो मधील ट्रामचे) आराशियामाचे जे स्टेशन आहे तिथेच हे किमोनो फॉरेस्ट आहे.

१०. आराशियामाचे किमोनो फॉरेस्ट आणि जपानी मैत्रिणी

रान्देन स्टेशनमधून आत गेलात की तुम्हाला किमोनो फॉरेस्ट दिसते. हे आहे तरी काय? तर ६०० अ‍ॅक्रेलिक दंडगोलाकार खांबांवर अतिशय उत्कृष्ट प्रतीची ३२ पॅटर्नसची किमोनोची कापडे गुंडाळलेली आहेत. हे 'क्योतो युझेन

पॅटर्न' असून ती एदो काळातील किमोनो डाय करण्याची पद्धत होती. हे खांब २ मीटर उंच असून ह्या पूर्ण विभागाचे डिझाईन श्री. यासुमीची मोरीता यांनी केले आहे. किमोनोची कापडे 'कामेदातोमी' या प्रख्यात क्योतो फॅब्रिक कंपनीने तयार केली आहेत. दिवसा सूर्यप्रकाशात ही किमोनोची कापडे उजळून निघतात तर रात्री ह्या खांबांमध्ये एल इ डी दिवे लावले जातात. त्यामुळे चमकणारे हे 'किमोनो जंगल' पर्यटकांना आकर्षित करते यात अजिबात नवल नाही. तिथे आतमध्ये एक छोटे तळे बांधले आहे, ज्यात एक पॉलिश केलेला काळाभोर गोलाकार दगड आहे. ज्यावर सोनेरी ड्रॅगन कोरला आहे. ह्याला ड्रॅगन पाँड किंवा 'न्यु नो आतागो' असे म्हणतात. जपानमध्ये ड्रॅगन हा शुभ मानला जातो. त्या छोट्या तळ्यात लोकांनी येनची नाणी टाकलेली दिसत होती. तसेच त्या पाण्यात बोटे बुडविली तर मानसिक शांतता आणि समाधान मिळते असे मानले जाते. आम्हाला त्या किमोनो फॉरेस्टमध्ये येऊनच मानसिक समाधान मिळाले. तेवढ्यात रानदेन येताना दिसली आम्ही आम्ही पटकन एक व्हिडिओ काढला.

आम्ही परत उमेदाला जायला निघालो तर मुलींनी तिथल्या दोन जपानी बायकांशी ओळख करून मैत्री केली होती. मारिको आणि हानाको अशी त्यांची नावे होती. दोघीही ओसाकाला राहणाऱ्या आहेत. त्यापैकी मारिकोचे माहेर आराशियामामध्ये आहे. गप्पा खूप रंगल्या आणि तिथेच आम्हाला ८-८:३० वाजले. नंतर एकमेकांचे फोन नंबर घेऊन आम्ही तिथून निघालो. त्या दोघींना भारतात यायचे आमंत्रण ही दिले. आजचा दिवस खूप फिरणे झाले होते.

दुसऱ्या दिवशी नाराचा बेत ठरला होता.

११. नारा आणि अशोकस्तंभ

नारा मला कायमच आवडलेले गाव आहे. २००८ मध्ये प्रथम जपान फाउंडेशनच्या शैक्षणिक सहलीत पाहिले. त्यानंतर २०१७ मध्ये मीनूला घेऊन

गेले तेव्हा तोमोकोकडे एक रात्र राहिले. नीलमला याच वर्षी फेब्रुवारीमध्ये अगदी ऐन हिवाळ्यात घेऊन गेले.

मुलींना जपान मधील जागतिक वारसा स्थाने दाखवायची होती, त्यात नाराचे तोदाइजी होतेच. मुख्य मंदिर पाहून झाल्यानंतर इतक्या वर्षात माझी बघायची जी जागा राहिली होती ती मुलींनाही दाखवायची होती. ती म्हणजे अशोकस्तंभ !

मुख्य देवळाच्या उजवीकडे हा ४ सिंह असलेला अशोकस्तंभ २६ एप्रिल १९८८ रोजी, १००० पुजाऱ्यांची सेवा साजरा करण्याच्या निमित्ताने बांधण्यात आला आहे. या अशोकस्तंभाखाली अनेक बौद्ध भिक्षूंनी आणि बौद्ध धर्म स्वीकारलेल्या लोकांनी लिहिलेले संदेश एका टाईम कॅप्सुलमध्ये बंद करून पुरण्यात आले आहेत. ती टाईम कॅप्सुल २०३८ साली उघडण्यात येईल. त्यावर्षी बौद्ध धर्म जपानमध्ये प्रसारित झाला त्याला १५०० वर्षे होणार आहेत. हे सगळे वाचून आम्ही थक्क झालो होतो. जपान मध्ये भारतातील देव तर मला बघायला मिळालेच होते, मग तो आसाकुसा येथील बंद देवऱ्यात ठेवलेला गणपती असो, त्या देवळाबाहेरील राम-सीतेच्या मूर्ती असोत, की तोदाइजीच्या समोरील लामण दिव्यावरील कोरलेला बासरी वाजवणारा कृष्ण असो.. पण आता हा अशोकस्तंभ पाहिल्यावर भारतीय असल्याचा अभिमान वाटला. मुलींनी तिथे फोटो तर काढलेच शिवाय आपल्या नाण्याची अशोक स्तंभ असलेली बाजू त्या स्तंभासमोर धरूनही फोटो काढले.

१२. गौतमा आणि उमेदा स्काय

५ जणींपैकी तिघी पूर्ण शाकाहारी असल्यामुळे आम्हाला बरेचदा शाकाहारी रेस्टॉरंट्स शोधावी लागत असत. ऋषिकेशने एक 'गौतमा' नावाचे शाकाहारी भारतीय जेवणाचे रेस्टॉरंट शोधून काढून आमच्यावर खरतर उपकार केले होते.

एकतर ते रेस्टॉरंट आमच्या राहण्याच्या हॉटेलपासून आणि ओसाका स्टेशनपासून समान अंतरावर होते. फारतर १० मिनिटे चालत अंतर होते. शिवाय तिथे अतिशय रुचकर आणि चविष्ट असे विविध भारतीय शाकाहारी पदार्थ मिळत असल्यामुळे मुली खुश होत्या. पनीर मसाला, नान, शाकाहारी बिर्याणी, वांग्याचे भरीत, भजी आणि इतर कितीतरी स्वादिष्ट पदार्थांवर आम्हाला तिथे ताव मारायला मिळाला. कधी ओसाकाला गेलात तर गौतमाला नक्की जा. तिथले आवर्जून सांगावे असे अजून एक आकर्षण होते. तिथल्या कर्मचाऱ्यांनी आम्हाला फक्कड मसाला चहा अनेक वेळा करून दिला. अगदी आपण घरी करतो तसा. त्यामुळे तर आम्ही फिदा झालो होतो. शिवाय आम्ही गेलो की तिथल्या टीव्हीवर हिंदी गाणी लावली जायची. मग रेस्टॉरंटमध्ये अगदी जपानी लोकं असले तरी त्याची पर्वा न करता आम्ही आवाज मोठा करायला सांगायचो. भारतीय पदार्थ जपानी लोकांना आवडू लागले आहेत. तिथल्या भारतीय रेस्टॉरंट्समध्ये आजकाल जपानी माणसेच जास्त दिसू लागले आहेत.

संध्याकाळी थोडे लवकर जेवून उमेदा स्कायला जायचे ठरवले. मुलींपैकी मनस्वीला ट्रीप सोडून उद्या मुंबईला जावे लागणार होते. तिची कॉलेजची परीक्षा जाहीर झाली होती. त्यामुळे आज रात्री ती पॅकिंगसाठी हॉटेलवर थांबणार होती. आम्ही उमेदा स्कायला जायचे ठरवले.

तशी नीलम बरोबर मी एकदा उमेदा स्काय बघितली होती पण आम्ही फक्त ३५व्या मजल्यापर्यंत गेलो होतो. मुलींना ४०व्या मजल्यापर्यंत न्यायचे असे मी ठरवले.

उमेदा स्काय ही इमारत ओसाका मधल्या प्रसिद्ध स्थापत्य अभियांत्रिकी इमारतींपैकी एक आहे. तसेच जगातील सर्वोत्कृष्ट स्थापत्य अभियांत्रिकी २० इमारतीमध्ये तिची गणना होते. उत्तम डिझाईन आणि ओसाकाचा विहंगम नजारा दाखवणारी ही अत्यंत आकर्षक इमारत आहे.

दुसरे आकर्षण म्हणजे ही इमारत जगातील सगळ्यात उंच सरकता जिना (एस्कलेटर) असलेली आहे. हा जिना पारदर्शक असल्यामुळे वर जाताना किंवा खाली येताना तुम्हाला चौफेर बघता येते.

रात्रीचा नजारा काही औरच होता. रात्रीचे झगमगणारे ओसाका डोळ्यात मावत नव्हते.

पर्यटकांना आश्चर्यचकित आणि आनंदित करावे तर ते जपानच्या नवनवीन कल्पनांनीच!! आम्ही शेवटचा मजला लिफ्टने चढलो. तिथे एक कर्मचारी आमचे स्वागत करायला आणि दिशा दाखवायला उभा होता. त्याने सांगितलेल्या दिशेने आम्ही बाहेर पडलो. पाहतो तर काय..... वर मोकळे आभाळ, खाली फ्लूरोसेन्ट निळाभोर गालिचा ज्यावर आपली सूर्यमाला फ्लूरोसेन्ट रंगात चमकत होती. शनीची कडी, गुरू, चंद्र लुकलुकणारे तारे चांदण्या.... हे सगळे पायाखाली तर होतेच शिवाय वर आभाळातही दिसत होते. अक्षरशः आकाशात विहरतोय असे आम्हाला वाटत होते.

इमारतीच्या ४०व्या मजल्याच्या गच्चीवर होतो आम्ही. पण उंचीने पोटात गोळा येणे वगैरे अजिबात होत नव्हते, याचे कारण अत्यंत सुरक्षितता. इमारतीच्या बाजूने इतके सुरक्षित अंतर ठेवले होते की आपल्या गच्ची मधून थेट आपण खाली पाहू शकतो तसे करणे तिथे अजिबात शक्य नव्हते. उंचीवर असल्याचा आनंदच फक्त घेता यावा, त्याची भीती वाटू नये याची पुरेपूर काळजी बांधकाम रचनेत घेतली होती. आम्ही त्या बांधकामाने आश्चर्यचकित झालो होतो. समोर पाहावे तर अथांग समुद्रासारखे पसरलेले ओसाका शहर! अनिमिष नेत्रांनी आम्ही ते दृश्य डोळ्यात, मनात आणि हृदयात साठवत होतो. आम्हाला दूरवर ओसाकाचा राष्ट्रीय विमानतळ 'इतामी' येथे विमाने उतरताना दिसत होती.

आजूबाजूला अनेक पर्यटक होते. पूर्ण फिरून झाल्यावर आम्ही परतायचे ठरवले. हा अनुभव अविस्मरणीय आणि शब्दातीत होता. नीलम बरोबर जर

परत आले तर तिला नक्की उमेदा स्कायच्या ४०व्या मजल्यावर रात्री आणायचे असे मी ठरवले.

उद्या मनस्वीला कानसाइ विमानतळावर सोडायला मी जाणार होते. दिप्ती म्हणाली, "मामी मी सुद्धा येते." दुसऱ्या दिवशी मुलींनी स्वतःहून (माझ्याशिवाय) ओसाका फिरायचे होते. मी आणि दिप्ती, मनस्वीला सोडण्यासाठी सकाळी लवकर निघणार होतो; तेव्हा मुली उठलेल्या नसणार आणि आम्ही परत येऊ तोपर्यंत त्या सगळे आवरून बाहेर पडू शकतील म्हणून मी रात्रीच त्यांना ओसाका मेट्रो पास व इतर प्रवासाचे येन देऊन ठेवले. मला थोडे दमल्या सारखे वाटत होते. लवकर उठायचे होते म्हणून उमेदा स्कायहून आल्या आल्या झोपी गेले.

१३. कानसाइ विमानतळ आणि मुलींचे नांबा

मला मनस्वी एकटी जाणार याचा थोडा ताण आला होता. मलेशियाला ४ तास थांबून मग तिचे मुंबईचे विमान होते. एकतर तिचे ट्रीप मधले दोन दिवस कमी झाले होते आणि जाऊन तिला लगेच कॉलेजची परीक्षा होती, त्याचा तिला पण नाही म्हटले तरी ताण आला होता. इतके दिवस सगळ्या मैत्रिणींबरोबर मजा केली होती आणि आता एकटीने प्रवास करायचा होता. ओसाकाहून आम्ही नांबाला आलो तिथून कानसाइची ट्रेन पकडली. ट्रेनने जाताना होणारे समुद्राचे दर्शन आणि जवळ येणारा विमानतळ, सगळे आता ओळखीचे झाले होते. मला कानसाइ विमानतळावर यायची जायची आता खूप सवय झाली होती. आम्ही अगदी वेळेवर पोहोचून मनस्वीला निरोप दिला आणि मला एकदम थकवा जाणवला. दिप्ती बरोबर होती त्यामुळे खरंच बरे झाले होते. मुलींबरोबर न जाता ती माझ्या सोबतीला राहणार होती. मी तिला

खरेतर जा असा आग्रह केला परंतु तिने नकार दिला. आम्ही परत येईपर्यंत हॉटेलचा ब्रेकफास्ट बंद होणार होता म्हणून आम्ही बाहेरच ब्रेकफास्ट घ्यायचे ठरवले. नांबाच्या एका कॅफेटेरिया मध्ये आम्ही सँडविच आणि कॉफी घेतली आणि हॉटेलवर परतलो. मुली तोपर्यंत ओसाका फिरायला बाहेर पडल्या होत्या.

आजचे हवामान पाऊस आहे असे दर्शवत होते. सकाळीच मी ते पाहिले होते. त्यामुळे मुलींना मी "छत्री घेऊन जा." असा मेसेज केला होता. पण त्या छत्री न घेता निघाल्या होत्या.

मी आणि दिप्तीने काही वेळ आराम केल्यावर ओसाकाला जवळपास जाऊन यायचे ठरवले. त्यानंतर मात्र मी आराम करायचे ठरवले. थोडा ताप ही आला होता. संध्याकाळी फारच मोठा पाऊस आला. मुलींना मी मेसेज करून विचारले, "तुम्ही कुठे आहात?"

जपान तसे कुठेही सुरक्षित आहे. शिवाय त्या तिघीजणी होत्या. तिर्घीनाही जपानी बोलता येते आणि कळते त्यामुळे मला काळजी नव्हती. त्यांचा मेसेज आला की 'आम्ही एका पुस्तकांच्या दुकानात आहोत.'

ओसाकामध्ये ट्रेनने कसे फिरायचे, दुकानात खरेदी करताना जपानीमध्ये कसे बोलायचे, एखादा पत्ता कसा विचारायचा हे सगळे कळावे या उद्देशाने मी त्यांना पाठवले होते. शैक्षणिक सहलीचा तो पण एक भाग माझ्या दृष्टीकोनातून महत्त्वाचा आहे. नुसतीच पर्यटन स्थळे पाहणे म्हणजे शैक्षणिक सहल नाही. त्या त्या ठिकाणांची माहिती स्वतःहून मिळवणे, काही वेगळेपणा असेल तर तो टिपणे, तिथल्या चालीरीती, नियम समजून घेणे हे जर कोणी माहितगार व्यक्ती सोबत नसेल तर स्वतःच करायला आणि शिकायला मिळते. माझ्या अपेक्षेप्रमाणेच मुलींनी त्या एका दिवसाचा खूप योग्य उपयोग करून घेतला. त्यात वेंडींग मशीनमधून तिकिटे काढण्यापासून ते दुकानदारांबरोबर जपानीमध्ये बोलून वस्तू खरेदी करणे, रस्ता विचारणे, इत्यादी गोष्टींचा अनुभव त्यांनी घेतला. पर्यटनाला जाताना अनेक ठिकाणे घाईघाईत बघण्याऐवजी ठराविक ठिकाणे शांतपणे आणि परत परत पाहिली तर तिथल्या

अनेक गोष्टी सहज कळू लागतात. एक प्रकारचा आत्मविश्वास तुमच्यामध्ये येतो. जो मला आता जपानला अनेक वेळा जाऊन आला आहे. ह्यातर सगळ्या तरुण मुली! फोनवरून ठिकाणे पटापट शोधणे, गूगल मॅप वापरून तिथे कसे जायचे ते बघणे यात त्यांना काहीच कठीण नव्हते.

संध्याकाळी पावसाने गाठल्याने आणि सोबत छत्र्या नसल्याने त्यांना काही वेळ दुकानात थांबावे लागले. रात्री उशिरा त्या परतल्या आणि उद्याचा दिवस आम्ही ओसाकामधील काही छान जागा बघायचे ठरवले.

१४. ओहात्सू जिंजा, शितेंनोजी, आबे नो हारूकासु आणि बरेच काही

मुलींना ओसाका आवडू लागले होते आणि आता भारतात परत जायचा दिवस उद्यावर येऊन ठेपला होता. मी काही कामांसाठी अजून एक आठवडा ओसाकामध्ये राहणार होते.

काल रात्री परत येताना मी एक शिंतो देऊळ पाहिले होते जे आमच्या राहण्याच्या हॉटेलच्या अगदी जवळ होते. तिथे आज सकाळी मुलींना न्यायचे ठरवले.

हे शिंतो देऊळ "चुयु नो तेन जिंजा" ह्या नावाने ओळखले जाते. 'चुयु' ह्या जपानी शब्दाचा अर्थ आहे 'दव'. 'सुगुहारा मियाझाने' हा हेइआन काळातील अतिशय हुशार क्वी होता. त्याची कविता अशी होती की "पडणाऱ्या दवांनी आणि माझ्या अश्रूंनी माझी बाही ओली झाली आहे, मला क्योतो आठवत आहे." मियाझानेला शिकण्याचा देव' या अर्थाने त्याला शिंतो देवळात देवत्व बहाल केले गेले. म्हणून हे नाव दिले गेले. हे देऊळ १३०० वर्षापूर्वी बांधले होते.

एदो काळात याला "ओहात्सू जिंजा" असे नाव दिले गेले.

त्याची गोष्ट अशी की, 'सोनेझाकी शिंजू' असा एक कठपुतळ्यांचा खेळ होता. ज्यामध्ये 'ओहात्सू' ही गेइशा आणि 'तोकुबेइ' हा व्यापारी मुलगा यांच्यातील प्रेमाला समाज, मित्रपरिवार यांच्याकडून मान्यता न मिळाल्यामुळे दोघेही या देवळात आत्महत्या करतात. म्हणून हे देऊळ आता 'ओहात्सू'च्या नावाने ओळखले जाते. प्रेमी युगुले इथे येऊन 'एमा' म्हणजे लाकडाच्या छोट्या पट्ट्या असतात त्यावर स्वतःच्या इच्छा, प्रार्थना लिहितात. बऱ्याच पट्ट्यांवर ओहात्सू आणि तोकुबेइ यांची चित्रे असतात. त्या दोघांचे तिथे पुतळेही आहेत. असे हे देऊळ. मुलींनी तिथे स्वतःसाठी मागण्या मागितल्याचे मला सांगितले. तरुण पिढी अजूनही देवळात येऊन देवाकडे काही मागते हे पाहून मला जरा समाधान वाटले. ह्यात अंधश्रद्धेचा भाग नसून श्रद्धा किंवा परक्या देशातील देवळातही नतमस्तक होण्याची भावना मला जास्त महत्त्वाची वाटते.

देऊळ गुलाबी रंगाच्या एमांनी सजले होते. देवळामधील ढोल सुंदर होते. कंदिलांची डिझाईन्स अप्रतिम होती. जपानमध्ये सगळ्याच देवळात शांतता असते तशी इथेही होती. मोठ्या सुरेख दोरखंडाने आम्ही देवळाची घंटा वाजवली आणि तिथून निघालो.

तिथून आम्ही शितेंनोजीला जायचे ठरवले. ऋषिकेश सोबत होताच.

मला या वर्षाच्या माझ्या वाढदिवसाला ऋषिकेशने शितेंनोजी दाखवले होते. तेव्हाच ते माझ्या मनात भरले होते. मुलींनाही ते दाखवावे असे आमचे ठरले.

१५. शितेंनोजी, कोंबिनी आणि आबे नो हारुकासु

मुलींना घेऊन आम्ही तेंनोजीला आलो. स्टेशनवर तुम्हाला मिस्टर डोनट'ची दुकाने दिसतील. 'जपानचे डोनट' हा लिहिण्यासाठी एक स्वतंत्र विषय होईल. किती प्रकार असावेत ! म्हणजे दुकानात गेल्यावर नक्की कोणता विकत घ्यावा यावर विचार करण्यातच वेळ जातो. साधे, चॉकलेटचे, फळांचे, क्रीम डोनट, त्यात स्ट्रॉबेरी, व्हॅनिला, मिक्स फ्रूट आणि अजून कितीतरी प्रकार !! मोठे, छोटे, अगदी छोटे डोनट दिसायला तर आकर्षक आणि चवीला अप्रतिम. घास घेतला की विरघळणारा. मिस्टर डोनट ही डोनट दुकानांची साखळी जपानमध्ये सगळीकडे तुम्हाला दिसेल. नक्की खाऊन बघा. अंडे न खाणाऱ्यांसाठी एग्लेस डोनटसुद्धा असतात. परंतु त्यात फार वैविध्य मिळत नाहीत.

मुलींनी मस्त खाऊन घेतले आणि तिथून आम्ही शितेंनोजी देवळात गेलो.

मला वाटले होते तसेच मुलींना ते देऊळ खूप आवडले.

मागच्या वेळेस देवळात आले होते तेव्हा माझ्या मेणबत्त्या लावायच्या राहिल्या होत्या. यावेळेस मी मुलींबरोबर मेणबत्त्या लावल्या. आकाश निळेभोर आणि स्वच्छ होते. दुपारच्या ऊन्हात हवेतला थंडपणा उबदार वाटत होता. तेथील शांतता अनुभवत आम्ही काही वेळ त्या परिसरात बसलो.

जेवायची वेळ झाली होती आणि ऋषिकेशने कोरियन जेवण सुचवले. स्टेशन जवळच रेस्टॉरंट होते. साधारण २० मिनिटे लागणार होती.

मुलींना उद्या निघायचे होते, त्यामुळे काही खरेदी करायची असली तर "फॅमिली मार्ट" नावाच्या कॉंबिनीमध्ये जाऊया असे मी सुचवले. मला सुद्धा अदितीसाठी काही वस्तू घ्यायच्या होत्या. मीनू आणि मी २०१७ मध्ये तेंनोजीला राहत असताना या फॅमिली मार्टमध्ये एक-दोन वेळा आलो होतो. खरेदी झाल्यावर आम्ही स्टेशनवर जाऊन कोरियन रेस्टॉरंटमध्ये स्थानापन्न झालो. आम्ही जेवणाची ऑर्डर देत असताना माझ्या लक्षात आले की मी माझा फोन आणि पर्स कुठेतरी विसरले आहे. मुलींशी बोलताना लक्षात आले की फॅमिली मार्टमध्ये विसरले असावे. मला तेंनोजीचे रस्ते लक्षात होते आणि ते फॅमिली मार्ट माहितीचेही होते. मुलींना काळजी वाटत होती की फोन आणि

येन मिळतील की नाही. पर्समध्ये साधारण २५ते ३० हजार येन रक्कम होती. पण मी शांत होते. मुलींना सांगितले तुम्ही जेवायला सुरवात करा मी जाऊन येते. ऋषिकेश सोबत येतो म्हणत होता त्यालाही मी थांबवले.

फॅमिली मार्टमध्ये पोहोचले तर तिथल्या बिलिंग काउंटरच्या बाईला मी माझ्या फोन आणि पर्सचे वर्णन सांगितले. तिने आत मधून दोन्ही मला आणून दिले. ओळख पटवून माझ्या स्वाधीन केले. असे हे जपान.

माझ्याकडून अनेक वेळा छत्र्या विसरून राहिल्या आहेत आणि त्या मला मिळाल्याही आहेत. पण फोन किंवा पर्स मात्र पहिल्यांदाच विसरले होते. पर्समधील एकही येन कमी नव्हता.

मी रेस्टॉरंटमध्ये गेले आणि मुलींनी निःश्वास सोडला. त्यांना आश्चर्य वाटले होते, त्यात मी शांत होते याबद्दल आश्चर्य होतेच पण वर्गात शिकवताना मी जपानी माणसाच्या प्रामाणिकपणा बद्दल सांगते त्याचे उदाहरण त्यांना प्रत्यक्ष बघायला मिळाले याचे आश्चर्य जास्त वाटत होते.

या सगळ्यात संध्याकाळ झाली होती आणि आम्ही 'आबे नो हारुकासु'ला जायचे ठरवले. 'आबे नो हारुकासु' प्रथम मला दाखवले होते ते हिरोयुकी सेनसेइंनी २०१९ मध्ये. ते मी कधीच विसरणार नाही.

आम्ही गेलो तेव्हा ६०व्या मजल्यावर जायला बरीच गर्दी होती. आम्हाला घरी जायला उशीर झाला असता म्हणून मग आम्ही १९व्या मजल्यावरील बागेत जायचे ठरवले.

त्या दिवशी पौर्णिमा होती. पूर्ण चंद्र मोठा आणि जवळ भासत होता. हवेत हवा हवासा वाटणारा गारवा होता. बांबूच्या पानांची सळसळ होती. झाडे चंदेरी प्रकाशात न्हावून निघत होती. १९व्या मजल्यावरून रात्रीचे चमकणारे ओसाका दिसत होते. ओसाकाचे चविष्ट पदार्थ आणि बांधकामाची खासियत असलेल्या इमारती ह्या दोन्हीही गोष्टी मला इतक्या आवडतात की त्यासाठी मी ओसाकाला कितीही वेळा यायला तयार असते.

उद्या मुली भारतात परत जाणार होत्या. त्या विचाराने मला भरून आले. हे आठ दिवस मुलींच्या बडबडीने, मजा, गप्पा, जेवणं, प्रवास यात पाखरासारखे उडून गेले. माझ्यासमोर तरी मुलींनी कधी वाद विवाद भांडणे केली नाहीत.

मोठी माणसे फार जमवून घेत नाहीत हा अनुभव मला एप्रिलच्या शैक्षणिक सहलीमध्ये आला होता. पण या मुली वयाने लहान असूनसुद्धा समजूतदारपणे वागत होत्या.

शैक्षणिक सहलीचा खरा अर्थ त्यांनी समजून त्याचा उपयोग केला होता. जपानी भाषेचा वापर, माझ्या शिवायचा प्रवास, खरेदी, ऋषिकेश बरोबर जपानबद्दलच्या गप्पा, जागांचे निरीक्षण, टीपणी हे सर्व त्यांनी या सहलीत केले होते.

उद्या सकाळी मी त्यांना कानसाइ विमानतळावर सोडायला जाणार होते. रात्री मलेशिया एअर लाईनची मेल आली की ओसाकावरून सुटणारे विमान १० तास उशिरा सुटणार आहे.

१६. सहलीची सांगता आणि साकाइचा अनपेक्षित होम स्टे

मलेशिया एअर लाईनचा मेल आला आणि मुलींनी फक्त नाचायचे बाकी ठेवले होते. आमचे येताना मलेशियाचे विमान चुकल्यामुळे जो एक दिवस फुकट गेला होता तो काही प्रमाणात का होईना भरून निघत होता. आम्हाला सकाळी लवकर निघायची गरज नव्हती. जे काही सात आठ तास मिळणार होते ते मुलींनी ओसाकामध्ये फिरून घालवायचे ठरवले. मी मात्र हॉटेल मध्येच थांबायचे ठरवले. मला थोडे ताप आल्यासारखे वाटत होते. दुपारी मुलींना सोडून मला साकाइला जायचे होते.

त्याचे असे झाले की मी कामासाठी जे ८ दिवस वाढवले होते ते दिवस मी ह्याच हॉटेलमधे राहणार होते. तसे मी हिरोयुकी सेनसेईंना कळवले होते. त्यावर त्यांचा मेसेज आला की साकाइला त्यांनी नवीन घर घेतले आहे तिथेच मी राहायला यावे. हॉटेलचे बुकिंग कॅन्सल करावे. मला तेव्हा कोजिमा सेनसेईंची आठवण आली. २०१७ मध्ये मीनू सोबत असताना त्यांनी मला असेच १२ दिवसांच्या 'होम स्टे'साठी आमंत्रण दिले होते. परंतु मीनू बरोबर होती आणि आम्ही नचिकेतच्या घरी राहणार होतो म्हणून मी त्यांना आम्ही २ दिवसांसाठी येतो असे नम्रपणे सांगितले होते. आता हिरोयुकी सेनसेईंना पण हो सांगावे की नाही सांगावे अशी माझी द्विधा मन:स्थिती झाली.

जपानमध्ये 'होम स्टे' ही प्रथा आहे. त्यामध्ये आपल्या देशातील पाहुण्याला शक्यतो राहण्याचे पैसे खर्च करावे लागू नयेत ही जपानी लोकांची मानसिकता असते. मी हिरोयुकी सेनसेईंच्या आमंत्रणाचा मान ठेवून हॉटेल बुकिंग कॅन्सल केले.

मुलींना मला साधारण २ वाजता कानसाइ विमानतळावर सोडायला जायचे होते. हॉटेल सोडून दुपारचे जेवण आम्ही 'गौतमा'मध्ये घ्यायचे ठरवले.

गौतमामध्ये जेवून आम्ही नांबा स्टेशनहून कानसाइ विमानतळावर जाणार होतो. नांबा वरून जायला 'नानकाइ लाईन'ने जावे लागते.

मुलींना निरोप देताना मला भरून आले होते. सगळे दिवस कसे छान पार पडले होते. थोड्याफार आलेल्या अडचणी सुद्धा लक्षात राहणार होत्या. ऋषिकेशने केलेली मदत मी कधी विसरणार नव्हते. संध्याकाळचे आराशियामा आणि किमोनो फॉरेस्ट, हरवलेला कानसाइ पास, रात्रीचे उमेदा स्काय, नारामधील अशोक स्तंभ, ओसाका किल्ला आणि अशा किती गोष्टी डोळ्यासमोर येत होत्या. मुलींनी जपानी जीवन, भाषा, संस्कृती, इतिहास, देवळे, तंत्रज्ञान या सगळ्यांचा जमेल तित्तका जमेल तसा या ८ दिवसात अभ्यास केला होता. मुली खूष होत्या आणि त्यांना पुन्हा यायचे होते, तेसुद्धा माझ्याबरोबर यायचे होते. हेच या शैक्षणिक सहलीचे यश होते.

कानसाइ विमानतळावरून नानकाइ लाईन वरच साकाइ आहे. विमानतळावरून ट्रेनने २० मिनिटे लागतात. मी सेनसेइंना निघताना मेसेज केला. त्यांनी मला साकाइ स्टेशनला येतो असा मेसेज केला. आम्ही साकाइ स्टेशनला भेटायचे ठरवले.

१७. साकाइचा होम स्टे

संध्याकाळी साधारण ५:३०-६ च्या सुमारास मी साकाइला पोहोचले. स्टेशनबाहेर कोणत्या बाजूला उभे राहायचे ते मला सेनसेइंनी सांगितले होते. सेनसेइ स्टेशनवर आले होते. नोव्हेंबरची थंडी सुरू झाली होती. लवकर अंधार पडला होता. आम्ही प्रथम सुपर मार्केटला जायचे ठरवले. काही वस्तू घ्यायच्या होत्या. आजच सेनसेइंनी नवीन घर लावले होते. रोज लागणाऱ्या वस्तू आम्ही "लाईफ सुपर मार्केट" मधून घेतल्या. हे सुपर मार्केट घरी जायच्या रस्त्यावर होते. स्टेशनपासून घर १० मिनिटांवर होते. घरी आल्यावर सेनसेइंनी त्यांच्या स्टाईल ने पटापट जेवण बनवले. आमचे जेवण झाले.

सेनसेइंनी माझ्यासाठी अनेक प्रकारची आइस्क्रीमस आणून ठेवली होती. मला फ्रिजमधल्या सगळ्या गोष्टी दाखवल्या. तसेच मायक्रोवेव्ह, सुइहानकि (भाताचा कुकर), टोस्टर, कूकिंग रेंज, वॉशिंग मशीन ह्या सगळ्या गोष्टी दाखवून ठेवल्या. तसे आता मला जपानमध्ये राहून तिथल्या मशिन्स बद्दल कळू लागले होते. बरीचशी आपल्या सारखीच असली तरी काही गोष्टी वेगळ्या असतात. आज मला बरेच दमल्यासारखे वाटत होते. सेनसेइंनी मला वरच्या मजल्यावरची माझी खोली दाखवली. हिटर, ओशीइरे (आपल्या 'वॉर्डरोब'सारखे भिंतीमधले कपाट), लाईटचा रिमोट कंट्रोल ज्याने लाईट कमी, जास्त किंवा बंद करता येतो ह्या सगळ्या गोष्टी दाखवल्या.

दुसऱ्या दिवशी सकाळी त्यांच्या सोबत घराबाहेर पडायचे मी ठरवले. अजून घरापासून स्टेशनपर्यंतचा रस्ता नीट कळला नव्हता. सेनसेइ त्यांच्या व्यापात व्यस्त असणार होते. मी माझी कामे करून उरलेल्या वेळात एकटी फिरणार होते. जेव्हा जपानमध्ये होम स्टे असतो तेव्हा आपण त्या घरातले एक सदस्य असतो. घरातली जमतील ती कामे करायची असतात. सेनसेइंना मी कोणकोणती कामे करायची ते विचारून ठेवले. जपानी लोकांना साफ सफाई ही त्यांच्या पद्धतीने करायची असते. बाहेरील कामे जसे की सुपर मार्केटमधून सामान आणणे, स्वयंपाक करण्यात मदत करणे, आणि इतर कामे आपण करू शकतो. मी हे २००८ मधल्या माझ्या श्री आणि सौ. सावादा यांच्याकडील एक दिवसाच्या होम स्टे मध्येच नव्हे तर कातो सेनसेइंनकडे, कोजिमा सेनसेइंनकडे २०११ च्या होम स्टेमध्येही केले होते. तसेच मी आता ८ दिवस या घरीही करणार होते. होम स्टेमध्ये आपण काही पाहुणे नसतो. तसेच आपल्याला त्या संस्कृतीची ओळख तेव्हाच जवळून होते जेव्हा तुम्ही घरातले एक सदस्य बनून राहाता. त्यांच्या चाली-रिती, जीवन पद्धती तुम्ही जवळून बघता.

उद्या कोणते काम करूया याचा विचार करत असताना झोप लागली.

१८. साकाइ आणि कोफुन

साकाइ स्टेशनचा रस्ता मी नीट लक्षात ठेवला. सेनसेइंनी घरातून निघण्याच्या वेळीस मला घराची दुसरी किल्ली दिली. त्यांना रात्री यायला नेहमीच उशीर होतो. माझ्याकडे एक किल्ली असणे गरजेचे होते.

स्टेशनवर साकाइचा नकाशा आणि माहिती होती. प्रथम मी नकाशा व्यवस्थित अभ्यासला. कुठे कुठे काय आहे ते पाहून घेतले. मला काही जागा बघायच्या होत्या. त्यात मला दिसले 'कोफुन'. कोफुन हे मी जपानी भाषेमध्ये एम. ए.

करताना अभ्यासले होते. कोफुन म्हणजे राजांचे किंवा उच्चभ्रू माणसाचे थडगे.

जपानमधील कोफुन कालावधी म्हणजे इ.स. ३००-५८०. ह्या काळातील कोफुन सगळ्यात श्रीमंत सामग्रीचे प्रतिनिधित्व करतात. जपानमधील १,६०,००० लोकांमधून निवडलेल्या लोकांचे हे कोफुन किहोल (किल्ली घालण्याच्या भोकाच्या) आकारांचे आहेत.

ह्या दफन ढिगाऱ्यांमध्ये अंत्यसंस्काराच्या मौल्यवान वस्तू आढळतात. सुरुवातीच्या काळात पितळी आरसे, मणी आणि धार्मिक वस्तू होत्या. कालांतराने लोखंडी शस्त्रे, चिलखते आणि इतर शस्त्रे यांचा समावेश झाला. हे सगळे मी वाचले होते. परंतु मी कधी कोफुन असलेल्या जागी जाईन असे मला स्वप्नातही वाटले नव्हते.

जपान मधले सगळ्यात मोठे कोफुन सम्राट निंतोकुचे आहे आणि ते साकाइमध्ये आहे. हा मला आनंदाश्चर्याचा धक्का होता. मी तिथे जायचे ठरवले.

खरेतर ऋषिकेशने मला "साकाइमध्ये फिरताना सायकलने जा सेनसेइ" असे सुचवले होते. परंतु एकतर हिरोयुकी सेनसेइंकडे सायकल नव्हती आणि ती कुठे भाड्याने घ्यावी हे माहीत नव्हते. नकाशानुसार मला 'मिकुनीगाओका' या स्टेशनला जायचे होते. साकाइहून मी मिकुनीगाओकाला जाणारी ट्रेन पकडली.

मिकुनीगाओका स्टेशनच्या बाहेर येऊन प्रथम मी स्टेशन बाहेरील नकाशा बघितला. ह्या गावात जवळ जवळ सगळीकडे छोटी मोठी कोफुन दिसत होती. छोट्या गावात फिरताना तुम्हाला जपानी भाषा वाचता यायला हवी. जपानी चित्रलिपीही कळायला हवी. दर वेळेस कोणी तिथे सांगणारे असेल असे नाही. मला चित्रलिपी वाचता येत असल्यामुळे मी सम्राट निंतोकूचे कोफुन कुठे आहे ते शोधले. तसेही सगळ्यात मोठे चित्र त्याच कोफुनचे होते. मी असलेल्या जागेपासून २ कि.मी. अंतर दाखवत होते. तिथे जायला बसही होती,

पण मी चालायचा पर्याय निवडला. जपानमध्ये २ कि.मी. अंतर चालणे हे काही अवघड नसते. गाव ही नीट बघता येते.

मी चालायला सुरवात केली. ही नक्कीच टुरिस्ट जागा असावी कारण अंतरा-अंतरावर कोफुनची दिशा दाखवणारे बाण होते.

नोव्हेंबरची सकाळ होती. आकाश निळेभोर होते. हवेत किंचित गारवा होता. रस्त्यावर माणसे दिसत नव्हती. थोडी फार वाहने जात होती.

मी योग्य दिशेला जात आहे ना याची खात्री केली. समोर एक रेल्वे क्रॉसिंग आले. मला जपान मधले रस्त्यावरचे रेल्वे क्रॉसिंग फार आवडते. एकतर रस्ता इतका छान असतो आणि वेगवेगळ्या पद्धतींची फाटके असतात. मी नेहमी त्याचा व्हिडिओ काढते. ट्रेन जात असेल तर अजूनच छान वाटते.

गाव फार सुरेख होते. छोटी घरे आणि त्याभोवती बाग. सुंदर सुंदर फुले. स्वच्छ प्रसन्न सकाळ. काही रेस्टॉरंट्स होती. कॅफेटेरियाही उघडले होते. पण माणसे दिसत नव्हती. मधेच एक सायकलवरून जाणारे आजोबा दिसले.

निंतोकु कोफुन सगळ्यात मोठा असून त्याची लांबी ४८६ कि.मी. आहे. त्याच्या भोवती ३ खंदक असून त्यात पाणी आहे. हिरव्यागार झाडांनी हा कोफुन झाकला गेला आहे. याभोवती २.८ कि.मी. लांबीचा सहलीचा रस्ता केला आहे. तो चालायला साधारण १ तास लागतो.

मी तो रस्ता पूर्ण चालून आले. एका बाजूला हिरवाई, दुसऱ्या बाजूला घरे. मुख्य द्वार बंद होते. तिथे सर्वसामान्य माणसांना प्रवेश निषिद्ध होता. त्या लोखंडाच्या दाराला साखळ्या आणि कुलूप होते.

५व्या शतकातील आणि आताचा युनेस्कोने जागतिक वारसा जाहीर केलेला तो कोफुन बघताना मनात अनेक विचार आले. त्याकाळात जपान कसे असेल? काय त्या निंतोकु सम्राटाचे ऐश्वर्य असेल? इतका मोठा दफन ढिगारा करायला किती वेळ लागला असेल? किती माणसांनी काम केले असेल?

त्या विचारातच मी परत फिरले. जपानच्या इतिहासात शिकलेली गोष्ट प्रत्यक्ष पाहायला मिळाल्याचा आनंद होताच पण अनपेक्षितरित्या पाहायला मिळाली त्याचा आनंद जास्त होता.

चालणे बरेच झाले होते, आता परत फिरायचे ठरवले आणि साकाइची ट्रेन पकडली.

घरी येताना सुपर मार्केटमध्ये थोडी खरेदी करून मी घरी आले.

उद्या सेनसेईंनी ३ वर्षांपूर्वी मला सांगितलेल्या एका ठिकाणी मी जाणार होते. ती जागा होती सुमियोशी ताइशा. सेनसेई आधी राहत असलेले स्टेशन सुमियोशी आणि तिथले शिंतो धर्माचे देऊळ सुमियोशी ताइशा. मी संध्याकाळचा स्वयंपाक करून, जेवून थोडावेळ टीव्ही पाहिला. बातम्या बघितल्या. सेनसेईंना यायला उशीर होणार होता.

माझे सगळे आवरून मी माझ्या वरच्या रूममध्ये झोपायला गेले.

सुमियोशी ताइशा फोटोमध्ये पाहिले तसेच असणार असा विचार करत असतानाच झोप लागली.

१९. सुमियोशी ताइशाची आगळीवेगळी सहल

२०२० साली कोरोना आला आणि सगळेच बदलले. माझे काही क्लासेस बंद झाले आणि काही ऑन लाईन सुरू झाले. त्याच काळात मी हिरोयुकी सेनसेईंकडे उच्च स्तराचे जपानी ऑन लाईन शिकत होते. त्या शिक्षणात केवळ भाषेचेच नाही तर जपानच्या अनेक गोष्टींबद्दलचे ज्ञान मला मिळत होते. मग ती जपानची खाद्य-संस्कृती असो की जपानची देवळे; जपानचा

इतिहास असो की कला. असेच एकदा सेनसेइ शिकवताना जपान मधल्या देवळांबद्दल सांगत होते. त्यात सुमियोशी ताइशा या शिंतो धर्माच्या देवळाचा उल्लेख आला. त्यांचे आधीचे घर सुमियोशी या ओसाकामधील गावात आहे. घरापासून जवळच हे देऊळ आहे. "कधी ओसाकाला आलीस तर या देवळाला नक्की भेट दे" असे सेनसेइंनी सांगितले. इतकेच नव्हे तर त्यांनी मला त्या देवळाचा फोटो पाठवला. फोटो पाहताच मी त्या देवळाला नक्की भेट द्यायची असे ठरवले. त्यानंतर इतक्या वर्षांनी; ते सुद्धा कोरोना संपल्यानंतर या आधी ओसाकाला २-३ वेळा येऊन सुद्धा सुमियोशी ताइशाला जाणे काही झाले नव्हते. 'साकाइ'पासून 'सुमियोशी ताइशा' (हे स्टेशनचे नाव ही आहे) केवळ तिसरे स्टेशन आहे. हे कळल्यावर मात्र मी तिथे जायचे ठरवले.

सकाळी मी लवकर बाहेर पडले.

सुमियोशी ताइशा स्टेशनवर उतरले. केवळ दोन प्लॅटफॉर्मस असलेले हे स्टेशन अगदी छान आहे. जपानमध्ये सगळीकडे नेहमीच असते तशीच स्वच्छता, वयोवृद्ध, अपंग, अंध लोकांसाठी केलेला बारीक-सारीक गोष्टीतील विचार; जसे की लिफ्ट, ब्रेल, पिण्याचे पाणी, इत्यादी सोयी.

मी कोणत्या बाजूला उतरायचे ते बघत असताना दोन्ही बाजूला हिरवेगार डेरेदार वृक्ष दिसत होते. सकाळच्या कोवळ्या उन्हाने न्हाऊन निघत होते. निरव शांतता होती. मी तिकीट गेटमधून बाहेर पडल्यावर समोरच 'सुमियोशी ताइशा' म्हणजेच त्या देवळाचा फोटो आणि त्याच्या बाजूला कसे जायचे ते दर्शवणारा नकाशा होता. फोनवर नकाशा बघायचा असेल तर तिथे क्यू आर कोड दिला होता. मी पाहिले तर केवळ ५ मिनिटांचे अंतर दाखवत होते. मी जिन्याने उतरून देवळाच्या दिशेने चालू लागले. समोर रस्ता ओलांडून जायचा होता आणि तेवढ्यात मला ट्राम दिसली.

ओसाकाची ट्राम मी पहिल्यांदाच बघत होते. आत्तापर्यंत मी क्योतो, फुकोओका, कागोशिमा येथील ट्राम पाहिल्या होत्या; तसेच त्यातून प्रवासही केला होता. माझा ट्रेन आणि ट्राम हा फार जिव्हाळ्याचा विषय आहे. ट्राम पाहून मला खूप

आनंद झाला. पुढे मागे यामधून प्रवास करायचा मी ठरवले. आता समोर सुमियोशी ताइशाचे द्वार दिसत होते. कुठल्याही शिंतो देवळा समोर असते तसेच हे द्वार ज्याला जपानी भाषेत 'तोरिइ' म्हणतात, ते अगदी भव्य होते. जे पाहूनच आतमध्ये देऊळ कसे असेल याचा अंदाज येत होता.

तोरीइच्या बाजूला देऊळ कधी बांधले ते चित्रलिपीत लिहिले होते. आत प्रवेश केला की भव्य दिव्य दगडाचे लामण दिवे दिसतात. त्याचबरोबर दिसतात ते मोठे दगडाचे सिंह! त्याला जपानी भाषेत 'कोमाइन्नु' असे म्हणतात.

दगडाचे दिवे इतके भव्य आणि सुरेख कोरीव काम केलेले होते की एक एक दिवा पाहात राहावा! त्यांना बसवलेली जाळी लाकडांची होती.

थोडे पुढे गेले तर लाल रंगाचा वक्राकार ब्रीज दिसला. अतिशय सुरेख ब्रीज होता. त्याच्या शेजारी नकाशा होता. मी नकाशा वाचण्यासाठी पुढे निघाले.

२०. मुख्य देवालय आणि परिसर

संपूर्ण जपान मध्ये सुमियोशी देवालये २००० पेक्षा जास्ती आहेत. त्या सर्व देवळांचे मुख्य देऊळ हे ओसाका मधले सुमियोशी ताइशा आहे. त्याची बांधणी सुमियोशी पद्धतीची आहे. म्हणजे मूळ जपानी पद्धत. त्यामध्ये छत सपाट असते. इतर शिंतो देवळांचे छत हे वक्राकार असते. शिवाय छतावरील बांधकाम 'चीगी' हे कात्रीच्या आकाराचे असते. त्याखाली लाकडाचे ५ समांतर ओंडके (कात्सू ओगी) असतात. ह्या देवळाची मुख्य चार देवळे आहेत जी पश्चिमाभिमुख आहेत. तीन सरळ रेषेत एकापाठी एक असून एक देऊळ बाजूस आहे. हे देऊळ तिसऱ्या शतकात बुद्ध धर्म जपानमध्ये येण्या अगोदर बांधले गेले आहे. नंतरची शिंतो देवळे नारा काळात बांधली गेली. ती सगळी दक्षिणाभिमुख आहेत. ह्या देवळातील देव हे खलाशी, मासे पकडणारे कोळी

आणि पर्यटक यांचे संरक्षण करतात. म्हणून सुमियोशी देवळे ही बंदराजवळ बांधलेली आढळतात.

ससा हा दैवी संदेशवाहक असून हे देऊळ बांधले त्यावेळी ससा वर्ष (जपानी वर्ष ही १२ प्राण्यांची वर्ष आहेत. त्यापैकी एक ससा), ससा महिना आणि ससा दिवस होता. त्यामुळे सशाला विशेष प्राधान्य आहे. देवळात जाण्याआधी तिथल्या हात-पाय धुवायच्या पाण्याच्या जागेवर ही ससा आहे. मी वक्राकार पुलावरून (अर्धवर्तुळाकार ब्रीजचे नाव "सोरीहाशी" आहे.) ४८ अंशाचा चढ असलेला हा ब्रीज फारच सुरेख आहे. उतरून गेलात की हात-तोंड धुण्याची जागा आहे. तिथून तुम्ही मुख्य देवळासाठी उंबरठा ओलांडून आत जाता. प्रत्येक देऊळ अतिशय सुरेख बांधणीचे आहे. छत्तासाठी सायप्रस लाकडाचा वापर केला असून केशरी रंगाचा अतिशय सुरेख समतोल साधून देवळे रंगवली आहेत. दारांना असलेली सोन्याची मखरे देवळाची श्रीमंती दर्शवतात.

मी एक एक देऊळ निरखत पुढे जात होते. पाहात राहावे अशी मांडणी आणि इतक्या मोठ्या परिसरात असलेले मोठाले वृक्ष, निरव शांतता, पुजाऱ्यांची लगबग आणि फक्त पक्षांचा आवाज! प्रसन्न वातावरणात तुम्ही देवळाच्या परिसरात फिरालात तरी तुम्हाला देवळाच्या पवित्र आणि दैवी शक्तीची अनुभूती होते. मुख्य देवळे बघून झाली की तुम्ही थोडे पुढे गेल्यावर मांजराचे देऊळ आहे. जपानमध्ये मांजर हे 'चांगले नशीब' घेऊन येते असे मानतात. शिंतो देवळांच्या बाहेर मांजराचे दगडी शिल्प बघायला मिळतेच. इतकेच नव्हे तर तिथे मांजरे, बोकेही फिरताना दिसतात.

बहुतेक वेळा मांजर उजवा हात वर केलेले असते.. या मांजराच्या देवळात मी आत शिरल्यानंतर पाहते तर दोन मांजराचे शिल्प होते आणि एकाने उजवा तर दुसऱ्याने डावा हात वर केलेला होता. तिथे असलेल्या पुजाऱ्याला मी त्याबद्दल विचारले असता त्याने सांगितले की उजवा आणि डावा हात वर करून बसलेली ही मांजरे हे ह्या देवळाचे वैशिष्ट्य आहे. ही मांजरे आरोग्य, व्यवसायातील भरभराट, धन आणि एकूणच सुख यांना आमंत्रित करतात. मी

तिथे दोन्ही मांजरांच्या छोट्या मूर्ती विकत घेतल्या. किमोनो घातलेली दोन्ही मांजरे फारच छान होती. पुजाऱ्याशी थोडा वेळ गप्पा मारून मी तिथून बाहेर पडले. हे मांजरांचे देऊळ अनेक 'चौचीनंनी (कागदाचे कंदील) सजवले होते. सुरेख देऊळ होते ते!

तिथून बाहेर पडल्यावर तुम्हाला कोल्हा या रक्षकाची शिल्पे दिसतील. त्यांच्या गळ्याभोवती लाल रंगाचे कापड गुंडाळलेले असते. दिलेला नैवेद्य शरीरावर सांडू नये यासाठी असावे. बाळाला जसे लाळेरे घालतात तसेच. तिथून पुढे गेलात की गर्द झाडी दिसते. अतिशय पवित्र आणि उत्साहवर्धक वातावरणात तुम्ही फिरत असता. तुम्हाला तिथे जराही दमल्यासारखे वाटत नाही. देवळाच्या उजव्या बाजूला जपानी तांदूळ वापरून केलेली वाइन जी देवाला अर्पण करतात त्याचे बुधले रचून ठेवलेले दिसतील.

तिथून थोडे पुढे आले की सशाचे उत्कृष्ट संगमरवरी शिल्प बघायला मिळेल. मी जवळ जाऊन त्याला स्पर्श केला तेवढ्यात माझी नजर त्याच्या बाजूला ठेवलेल्या रत्नजडित आणि लाल डोळे असलेल्या एका चांदीच्या सशाच्या छोट्या मूर्तीकडे गेली. तळहातावर मावेल इतकाच होता तो! कोणीतरी अर्पण केला असावा.

मुख्य देवळाच्या उजव्या बाजूला अजून काही छोटी देवळे होती ती बघत मी पुढे आले तर तिथे घोड्याचे शिल्प दिसले. फारच तडफदार उभा घोडा होता. शिनमे म्हणजे शिंतो धर्मात घोडा याला फार उच्च स्थान असते. तो देवाचा वाहक असतो. देव त्यावर स्वार होतो म्हणून पुजारी,भक्त घोड्याला फार मान देतात. त्याची पूजा करतात. मी पाहिलेल्या सगळ्या शिंतो देवळांमध्ये घोडा होताच. फुशीमी इनारी'मध्ये तो सोन्याने मढवलेला एका काचेच्या कपाटात होता. इथे मात्र उघड्यावर आणि पूर्ण घोडा होता.

पूर्ण फेरी मारून मी परत सिरोहाशी म्हणजेच अर्धवर्तुळाकार ब्रीज पाशी आले. तेथील तळ्यात तुम्हाला बदके,हंस आणि कासवे पाहायला मिळतील. निसर्गाचे सगळे दर्शन या एका शिंतो देवळात होत होते. ह्याला ग्रँड देऊळ म्हटले जाते

ते उगाच नाही. ह्या परिसरात ६०० दगडाचे दिवे आहेत आणि प्रत्येक दिवा अत्यंत सुरेख शिल्प आहे. तिथे मी जवळ जवळ २ तास होते.

साकुरा बघायला नक्की परत यायचे असे ठरवून देवळाबाहेर पडताना देवळाकडे तोंड करून जपानी पद्धतने वाकून नमन करून मी देवळा बाहेर पडले. उद्या मी 'उजि'ला जाणार होते.

२१. उजि एक नयनरम्य हिरवे गाव

क्योतो हा माझ्या जिव्हाळ्याचा विषय आहे. क्योतो कितीही पाहिले तरी समाधान होत नाही. २००८मध्ये जपान फाउंडेशनने आम्हाला 'ब्योउदो-इन' हे क्योतो मधल्या उजि गावातील बुद्धाचे देऊळ दाखवले होते. माझ्या मनात कित्येक वर्ष परत तिथे जायचे होते परंतु योग काही आला नव्हता. मी उजिला जायचे ठरवले.

उजि मुख्यतः प्रसिद्ध आहे ते तिथल्या चहांच्या मळ्यांसाठी. उजि पाहायला येणारे पर्यटक मुख्यतः चहाचे मळे, चहाची दुकाने (म्हणजे हिरव्यागार चहाची पावडर मिळण्याची दुकाने), बुद्धाची मंदिरे, उजि नदी आणि तिच्यावरील उजि ब्रीज यासाठी येतात. जपानचे अतिशय प्रसिद्ध साहित्य 'गेंजी मोनो गातारी' ह्या पुस्तकांची लेखिका 'मुरासाकी शिकिबु' हिचा अतिशय सुंदर पुतळा उजि नदीच्या ब्रीजच्या बाजूला आहे.

'साकाइ'हून 'क्योतो' आणि तिथून 'उजि' हा प्रवास साधारण दीड तासाचा होता. मी क्योतोवरून उजिला जाणाऱ्या हांक्यू ट्रेनमध्ये बसले आणि लक्षात आले की ट्रेनचा हिरवागार रंग जपानी हिरव्या चहाच्या पावडरी सारखाच आहे. आत शिरले तर ट्रेनच्या बसायच्या सीटसुद्धा हिरव्यागार रंगाच्या होत्या. मखमली

कापड वापरल्यामुळे त्याच्या वेगवेगळ्या छटा दिसत होत्या. मन प्रसन्न करणारी ट्रेन होती ती. काही वेळात उजि आले.

स्टेशनबाहेर चहाचे मळे दिसत होते. मी 'ब्योउदो-इन'च्या रस्त्याला चालू लागले. मधे उजि नदी आणि तिचा ब्रीज लागला. वातावरण अगदी प्रसन्न होते. नदिच्या पाण्याचा खळखळाट, वाहणारा वारा आणि उजिचे नयन मनोहर सौंदर्य!

२००८मध्ये जपान फाउंडेशनने आम्हाला बसने आणले होते आणि फक्त ब्योउदो-इन दाखवले होते. उजिचा आजूबाजूचा परिसर बघायचा राहिला होता. म्हणून मी आज आधी फिरायचे ठरवले.

उजि ब्रीजवरून चालत मी दुसऱ्या टोकाला पोहोचले. तिथून वळून पाहिले तर अतिशय सुरेख देखावा होता. पाठीमागे जाणारा रस्ता डोंगरावर जातो त्याप्रमाणे चढावाचा होता. त्याच्या दोन्ही बाजूस सुंदर झाडे लावलेली होती. वाहने फार तुरळक होती. ब्रीजच्या बाजूस एक जपानी चहाचे दुकान होते. तिथे काही खाण्याचे पदार्थ ही विकत होते. जपानी लोकं त्यांच्या शिस्तप्रिय स्वभावानुसार गडबड गोंधळ न करता त्या जागेचा आनंद लुटत होते.

तिथून मी ब्योउदो-इनला जायचे ठरवले. ब्योउदो-इनला कसे जायचे ते दर्शवणारे बाण होते. त्या प्रमाणे मी जात होते. नदीच्या एका बाजूला 'मुरासाकी शिकिबु'चा अत्यंत सुरेख पुतळा मला दिसला. तिथून नदीत उतरण्यासाठी पायऱ्या होत्या. काही लोकं नदीमध्ये जाऊन पाण्यात पाय बुडवत होती.

तिथून पुढे गेल्यावर बाजारपेठ लागली. उजि ज्या गोष्टीसाठी प्रसिद्ध आहे म्हणजे ग्रीन टी, त्याची अनेक दुकाने रस्त्याच्या दोन्ही बाजूस होती. ग्रीन टीपासून बनवलेले पदार्थ, आईसक्रीम, मिठाया, यांची रेलचेल होती. लोकं विकत घेऊन खात-पित मजा करत देवळाकडे जात होते. मी पण एक माच्चा आइसक्रीम घेतले.

दुकानांना लागून छोटी घरे होती. सुबक, सुंदर घरे.... त्यांचे पड्डे हिरवे होते! दुकानांच्या बाहेरील जाहिराती सुद्धा हिरव्या कापडावर होत्या. शरद ऋतूला नुकतीच सुरुवात झाली होती. चिनार वृक्षांची पाने केशरी लाल अशा विविध छटांनी नटली होती.

ब्योउदो इनचे तिकीट काढून मी आत शिरले. इतके सुरेख बुद्धाचे देऊळ अजून मी पाहिले नाही. भोवती तळे त्यात पडणारे प्रतिबिंब, बाजूला गर्द हिरवाई, केशरी रंगाचे पूल, मुख्य हॉलच्या कळसावर चुरू पक्षी तो सुद्धा सोन्याचा, कौले बघत राहावीत अशा डिझाईनची, निरव शांतता, शरद ऋतू सुरू झाल्याची साक्ष देणारी काही रंग बदलेली चिनार वृक्षाची पाने... या सगळ्या वातावरणात आपण स्वतःला विसरून जातो. परमात्मा जर कोणी मानत असेल आणि त्याचे अस्तित्व जर जाणवून घ्यायचे असेल तर इथे नक्की यावे.

बाजूला म्युझियमसुद्धा आहे. तिथे माहिती आणि काही चित्रफिती दाखवल्या जातात. जर वेळ असेल तर नक्की बघण्यासारखे म्युझियम आहे. बरेच चालून झाले होते. दुपार होऊन आता सूर्य अस्ताला जाऊ लागला होता. पाय निघत नव्हता परंतु परतीचा प्रवास २ तासाचा तरी होता म्हणून मी काळोख व्हायच्या आत निघाले.

परत येताना नदी पाहावी असा विचार करून परत नदीच्या पुलावर थोडा वेळ थांबले. संथ वाहणारी नदी, प्रदूषण विरहित गाव... उजि बघायचा माझा निर्णय अगदी योग्य होता. प्रत्येक गावाचे वैशिष्ट्य असते तसे उजिचे वैशिष्ट्य म्हणजे त्या गावाचा हिरवा रंग. मन शांत झाले आणि मी ओसाकाला परत निघाले. उद्या काही वेगळेच अनुभवायला मिळणार याची कल्पना नव्हती.

२२. किबुने एक स्वप्न नगरी

खरेतर क्योतोमध्ये नेहमीच्या जागा बघण्याऐवजी किबुने'सारखी वेगळी ठिकाणे पाहावीत असे हिरोयुकी सेनसेइंनी मला सहलीआधी सुचवले होते आणि आमचे मुलींना तिथे घेऊन जायचे ठरले ही होते परंतु विमानाच्या गोंधळामुळे एक दिवस उशीर झाला आणि बेत बदलावा लागला.

शुक्रवारी सेनसेइंना सांस्कृतिक दिवसाची सुट्टी होती आणि त्यांनी नेहमीप्रमाणे अचानक मला गुरवारी मेसेज केला की उद्या किबुने'ला जाऊया का? मला जे अशक्य वाटत होते, ते शक्य होणार होते. किबुने'ला एकटीला जायला जमले नसते असे नाही, परंतु एकतर बऱ्याच ट्रेन्स बदलायच्या होत्या शिवाय नेमके कसे जायचे ते माहीत नव्हते. त्यामुळे जेव्हा सेनसेइंचा मेसेज आला तेव्हा मी आनंदाने उड्या मारायचीच बाकी होते. याला दोन कारणे होती. एक म्हणजे सेनसेइ सोबत असल्यामुळे मला शोधत जावे लागणार नव्हते आणि दुसरे म्हणजे शरद ऋतूची क्योतोमधली जी ठिकाणे पाहावीत अशापैकी ते एक होते.

नेटवरील किबुनेचे फोटो मी पाहिले होते. उत्सुकता तर होतीच परंतु खूप आनंद झाला होता. सेनसेइंना मी माझे किबुने राहिले आहे असे फक्त एकदा म्हटले होते. परंतु त्यांच्या व्यस्त दिनक्रमात मला अडथळा आणायचा नव्हता, त्यामुळे नेहमीप्रमाणे 'माझ्याबरोबर याल का?' असे विचारायचे मी कटाक्षाने टाळले होते. परंतु जसे हिमेजी किल्ला, इसे जिंगु, क्योतो स्टुडिओ अशा ठिकाणी त्यांनी मला नेले होते तसेच किबुने पाहण्यासाठी त्यांना न्यायचे असावे. त्यांनीही किबुने पाहिले नव्हते असे ते मला म्हणाले होते. त्यामुळे माझ्यासाठी त्यांना मुद्दाम यावे लागते आहे ही भावना माझ्या मनात नव्हती. पण माझ्यासाठी ते त्यांची सुट्टी असताना येत आहेत त्यामुळे कृतज्ञतेची भावना मात्र मनात होती. त्यांच्या मेसेजला "हो" उत्तर देताना मी किबुनेला जाण्याआधीच त्यांचे आभार मानले.

आमचे सकाळी लवकर जायचे ठरले, कारण ओसाकाहून साधारण दोन-अडीच तासाचा प्रवास होता. त्यात ट्रेन बदलायच्या होत्या. त्यामुळे आम्ही साधारण ८:३० वाजता निघालो.

'साकाइ'हून प्रथम आम्हाला 'योदोयाबाशी'ला जायचे होते. तिथून ट्रेन बदलून 'केइहान' लाईन घेऊन क्योतोमधल्या 'देमाचीयानागी' या स्टेशनवर उतरायचे होते. तिथून 'एइझान इलेक्ट्रिक रेल्वे'ने 'कुरामा' या छोट्या स्टेशनवर उतरायचे होते. तिथून पुढे कसे जायचे हे मात्र मला सेनसेइंनी सांगितले नव्हते.

आम्ही देमाचीयानागीला पोहोचलो आणि तिथे भरपूर गर्दी दिसली. आज सुट्टी असल्या कारणाने सगळे लोकं किबुनेला जात असणार. 'वन मान' म्हणजे एकाच बोगीच्या इलेक्ट्रिक ट्रेन्स तिथे दिसल्या. आम्ही दोन बोगी असलेल्या एका सुरेख ट्रेनमध्ये चढलो. ट्रेनमध्ये एक वेगळेपण दिसले ते हे की एकतर बाहेरील दृश्य दिसावे यासाठी पूर्ण मोठ्या काचेच्या खिडक्या होत्या आणि बाहेरील दृश्यांचा आनंद घेता यावा यासाठी त्या खिडकीसमोर तोंड करून बसता येईल अशी सीट्सची रचना होती. म्हणजे इतर वेळी ट्रेन धावत असताना आपण खिडकीतून बाहेर पाहात असतोच पण त्यावेळी मान तरी बाजूला करावी लागते किंवा सरकणारी दृश्य दिसत राहतात. इथे मात्र तुम्हाला काहीच कष्ट घ्यायचे नव्हते. खिडकीसमोर तोंड करून बसल्यामुळे मान वळवायची गरज नव्हती. त्यात बऱ्याच सीट्स ह्या प्रायोरिटी सीट्स होत्या. साहजिक आहे ट्रेन घाटातून, बोगद्यातून जाणार होती. डोंगर चढणार होती (हे अर्थात मला नंतर कळले) त्यामुळे वयस्कर लोकांचा विचार आधी केला होता. तसेच सीट्सना पकडायला हॅंडल्स होती. म्हणजे जे लोकं उभे होते त्यांना आधार मिळत होता. पर्यटनाला येणाऱ्या पर्यटकांचा बारकाईने विचार प्रत्येक ठिकाणी केला होता. पर्यटनाला जाताना प्रवास सुखकारक झाला तरच त्या पर्यटनाचा आनंद तुम्ही घेऊ शकता. आणि हे मला जपानमध्ये प्रत्येक ठिकाणी अनुभवायला मिळाले आहे.

२३. देमाचीयानागी ते कुरामा सुखद अनुभव

देमाचीयानागीहून एइझान इलेक्ट्रिक ट्रेन सुटली आणि काहीच वेळात क्योतोची सुबक गावे दिसू लागली. रंगीत कौले असलेली सुबक घरे त्यापाठचे डोंगर, शेते ही नयनमनोहर दृश्ये दिसू लागली. डोंगरांचे रंग बदलू लागले होते. काही वेळाने छोटी गावे पार करत ट्रेन घाट चढू लागली. ट्रेनच्या दोन्ही बाजूला डोंगर होते आणि पानांचे रंग बदलायला लागलेली झाडे दिसू लागली. त्यात चिनार, साकुरा, गिंकगो (इचो) आणि इतर अनेक झाडे होती ज्यांची पाने आता सोनेरी, पिवळी, केशरी, लाल, गुलाबी अशा रंगांची होऊ लागली होती. हिरव्या झाडांच्या मधे हे विविध रंग दिसत असल्यामुळे बदलत जाणारा ऋतू अगदी डोळ्यासमोर दिसत होता. ग्रीष्मात हिरवीगार असणारी झाडे आता शरद ऋतूत नव्या नवलाईच्या रंगांची उधळण करीत होती. कमाल म्हणजे ही रंगीत फुले नसून पाने होती. झाडावरून गळून पडण्याआधी शरद ऋतू साजरा करणेच नाही तर लोकांना त्याचा भरपूर आनंद देणे हे कामही ही झाडे करत होती. निसर्ग मुक्त हस्ताने रंगांची उधळण करत होता. ते पाहण्याचे भाग्य मला मिळाले यासाठी फक्त निसर्गाचीच नाही तर सेनसेईंचीसुद्धा मी आभारी होते. डोळ्याची पापणी न हलवता मी बाहेरील दृश्य पाहत होते. व्हिडिओ काढायचेही विसरले मी.

घाट चढताना झाडी अजून गर्द होत होती. उंच झाडांमधून सूर्यकिरणे अधून-मधून खाली पोहचत होती. मधेच निळेभोर आकाश दिसून गायब होत होते. दरीमध्ये दिसणारी भातुकलीच्या खेळात असतात तशा घरांची गावे मनाला आकर्षित करत होती. असे वाटत होते की पटकन ट्रेनमधून उतरून त्या गावी एक फेरफटका मारून यावा. ट्रेन जात असताना झाडांचा बोगदा येईल अशी अनाऊन्समेंट झाली. म्हणजे नक्की काय असावे बरे? तर काही मिनिटात ट्रेन दोन्ही बाजूला असलेल्या रंगीबेरंगी झाडांनी नैसर्गिकरीत्या तयार झालेल्या बोगद्यामधून जात होती. म्हणजे दोन्ही बाजूला फक्त झाडे. ती सुद्धा ट्रेनच्या अगदी जवळ. ट्रेन वळत असताना पाठीमागे दिसणारे दृश्य शब्दातीत

होते. खिडक्या आणि दारे बंद होती नाहीतर अगदी मोह होत होता की त्या झाडांना स्पर्श करून त्यांचे आभार मानावेत. काही छोटी स्टेशन्स घेत, ट्रेन कुरामाला थांबली. हे शेवटचे स्टेशन होते.

कुरामाला उतरून बाहेर आलो आणि काही मीटर चालत जावे लागले. सेनसेइ नेहमीप्रमाणे माझ्या दहा पावले पुढेच होते. मला आजूबाजूचे किती फोटो काढू आणि किती नको असे झाले होते. त्यामुळे मी अजूनच पाठी पडत होते. पाच एक मिनिटे चालल्यावर एक बस थांबा दिसला. तिथे बसमध्ये चढायचे होते. ती बस किबुने शिंतो देवळापर्यंत नेणार होती हे मला माहीत नव्हते. बस अतिशय सुरेख रंगवलेल्या होत्या. क्योतोच्या संस्कृतीचा ठसा होता. त्या चित्रात किमोनो घातलेली नाजूक जपानी तरुणी, बुद्ध धर्माची देवळे, चिनारची रंगीत पाने, शिंतोची देवळे, क्योतोची खाद्य संस्कृती.... काय नव्हते रंगवलेले त्या बसेसवर! पण ते पाहत बसायला वेळ नव्हता. सेनसेइ कधीच बसमध्ये चढले होते. मी धावत जाऊन बस पकडली आणि बसने किबुने शिंतो देवळाकडे प्रस्थान केले.

२४. किबुने शिंतो देऊळ आणि वाशोकु

बसमधून उतरल्यानंतर काही मीटर चालायचे होते. सेनसेइ नेहमीप्रमाणे पुढे होते. मला आजूबाजूचे निसर्ग सौंदर्य पाहायचे होते आणि मी ते पाहात पावले पटपट उचलत होते. सेनसेइ इतक्या घाईने का चालले आहेत? आत्ता तर कुठे ११:४५ झाले होते. अजून पूर्ण दिवस होता. पण काहीतरी कारण नक्की असणार असे समजून मी त्यांच्यामागे पटपट जाऊन त्यांना गाठले. आजूबाजूला रेस्टॉरंट्स दिसत होती. रस्ता अगदी निमुळता होता. एका बाजूला वाहणारे झुळझुळ पाणी आणि एका बाजूला डोंगरांचे उंच कडे. निरव शांतता होती. आवाज फक्त वाहणाऱ्या पाण्याचा येत होता.

मला सेनसेइंनी विचारले की आधी जेवायचे की आधी देऊळ बघायचे. मी म्हटले आधी देऊळ पाहूया. पण त्यांनी मला दोन मिनिटे थांबायला सांगितले. माझ्या मनात विचार आला, सकाळी ब्रेकफास्टला वेळ नव्हता. देमाचीयानगी स्टेशनवर पण त्यांनी मला कॉफी घेऊया का विचारले होते पण तेवढ्यात ट्रेन आल्यामुळे ती सुद्धा राहिली होती. यांना भूक लागली की काय? पण विठोबा आधी पोटोबा हे काही मला मनाला पटत नव्हते. सेनसेइ तेवढ्यात रेस्टॉरंटमधून बाहेर आले आणि त्यांनी सांगितले की इथली रेस्टॉरंट्स दुपारी दोनला बंद होतात. म्हणजेच शेवटची ऑर्डर दीडला घेतात. नंतर जेवायला मिळणार नाही. देऊळ पाहून यायला वेळ लागेल तर आत्ताच जेवलेले बरे. ग्रीष्म ऋतूमध्ये मी आणि नीलमने हे अनुभवले होते. रेस्टॉरंट्स संध्याकाळी सहाला बंद झाली होती नारामध्ये. सेनसेइंना याचा अंदाज असणार म्हणून ते पटपट चालत पुढे आले होते. मी त्यांना हो म्हटले आणि आम्ही शूज काढून ज्यौकान (जपानी पद्धतीचे रेस्टॉरंट) मधे शिरलो.

तातामी असलेल्या त्या रूममध्ये जपानी पद्धतीची कमी उंचीची टेबल्स होती. दोन्ही बाजूला बसायला झाबुतोन (बसायच्या उशा) होत्या. मोठ्या पूर्ण काचेच्या खिडक्या होत्या, जिथून बाहेरील वाहणारी नदी, चिनार वृक्ष दिसत होते, पक्षांचा आवाज ऐकू येत होता. मन शांत होणे, मनाची समाधी लागणे हे यापेक्षा अजून काय वेगळे असणार. तातामीच्या खोलीत एक मंद सुवास असतो तातामीच्या वाळलेल्या गवताचा. 'झाबुतोन'वर वज्रासनात बसायचे असते. किमोनो घातलेल्या नाजूक जपानी ललना एक एक कोर्स आणून टेबलवर अदबिने वाढत असतात.

सर्वांत आधी येतो जपानी गरम चहा. वातावरणात थंडी असताना तो गरम चहा आणि हात पुसण्यासाठी असलेला गरम हातरूमाल हे अगदी योग्य समीकरण. जपानी चहासोबत नाजूक राईस क्याकर ही होते. एका नाजूक बशीमध्ये ते ठेवले होते. प्रत्येक डिश सर्व्ह करताना ती जपानी मुलगी त्याचे नाव सांगत होती. प्रत्येक वेळी कमरेत वाकून अभिवादन करत होती. नंतर आली एक

जपानी डिश ज्यात एक छोटा मासा होता आणि सोबत सोया सॉस होता. मासा ज्या सॉसमध्ये फ्राय केला होता तो अप्रतिम होता. अजिबात तिखट, खारट, तेलकट चव नव्हती. थोडा गोडसर, किंचित आंबट आणि सोया सॉसमुळे योग्य मिठाचे प्रमाण होते. चोपस्टिक्सने मासा खायची ही पहिलीच वेळ होती. गंमत म्हणजे त्यात काटे नव्हते! ही मात्र कमाल होती. इतका छोटा मासा त्यातले काटे काढून तो कसा काय फ्राय केला होता हे तो शेफच जाणे! मला टेन्शन आले होते की आता काटे काढून चोपस्टिक्सने खावे लागते की काय...?. पण तशी वेळच आली नाही त्यामुळे मला झालेला आनंद काही मी लपवू शकले नाही. त्यासोबत सिल्क तोफु, वासाबी आणि मुळ्याचे चुकेमोनो (जपानी लोणचे) होते. सिल्क तोफु नावाप्रमाणेच जिभेवर ठेवले की विरघळते.

आपल्याकडे मिळणारे तोफु खाऊन कोणाला जपानमध्ये तोफु खावे असे वाटत नाही. मी या बाबतीत जपान फाऊंडेशनचे आभार मानते. शिक्षक प्रशिक्षण घेण्यासाठी २००८ मध्ये गेले असतानाच मला सिल्क तोफुची चव जपान फाऊंडेशनच्या कॅन्टीनमध्ये समजली होती आणि त्याची सवयही झाली होती. ते मला खूप आवडायला लागले. भारतात फार नंतर अगदी हल्ली हल्ली तोफु सुपर मार्केटमध्ये मिळू लागले आहे. पण त्याला जपानच्या तोफुची सर नाही. आईने मायने, स्वतःच्या हाताने केलेली रेशमी पुरणपोळी खाणे आणि बाजारातून आणलेली प्लास्टिक बॅगेमधली थंड पुरणपोळी गरम करून खाणे यात जो फरक आहे तोच जपानच्या सिल्क तोफुत आणि आपल्याकडे मिळणाऱ्या तोफुत आहे.

मुळ्याच्या लोणच्याची महती तर काय सांगावी!! फक्त दोनच मुळे आयाताकृती काप करून ठेवले होते. पण ते ज्याप्रकारे मुरवले होते त्या चवीला तोड नाही. लोणचे म्हटले की आपल्याला डोळ्यासमोर येतो तो तिखट, आंबट, तेलकट पदार्थ. पण जपानची लोणच्याची व्याख्या आणि कृती फार वेगळी आहे. ते व्हिनेगर, साखर, मीठ यात मुरवले असते. सगळ्याचे योग्य प्रमाण

असते आणि जिभेला अगदी साफ करून पुढच्या चवीसाठी सज्ज करते. एका मागोमाग एक पदार्थ क्रमाने का ठेवले जातात त्यापाठी पण शास्त्र आहे.

त्यानंतर एक छोट्या बाउलमध्ये 'निमोनो' आले. आता हे निमोनो म्हणजे काय तर पाण्यात किंवा रसात शिजवलेले पदार्थ. यात बरेच वेळा कंदमुळे असतात. स्ट्यू केलेल्या रताळ्याला वेगळाच आकार दिला होता. छान लागत होते आणि एक पालेभाजी होती. विविध रंग, चव, पोषकद्रव्ये याचा विचार जपानी जेवणात अतिशय योग्य प्रकारे केलेला असतो.

सेनसईंनी मला विचारून दोघांसाठी 'तेनपुरा'चा (जपानी भजी) सेट ऑर्डर केला होता. तेंपुरामध्ये मुख्यतः भाज्या जास्त होत्या. जोडीला कोलंबी होतीच. भाज्यांमध्ये रताळे, वांगे, पालकाचे पान, ब्रोकोली हे होते. यावेळी तेंपुराचा सॉस ओळखण्यात 'ती' चूक मी केली नाही जी कामाकुराला साशिमी आणि तेंपुरामधल्या दोन सॉसमध्ये केली होती. आता मी तेंपुराचा सॉस ओळखायला शिकले होते.

या सगळ्यात मला एका गोष्टीचे खूप कौतुक वाटत होते, ती गोष्ट इथे नमूद करावी असे मला वाटते. इतर रेस्टॉरंट्स आणि जपानी 'न्यौकान'मधील मला जाणवलेला फरक.... इतर रेस्टॉरंट्समध्ये आपण जातो तेव्हा ज्या काही डिशेस आपण घेतो त्या टेबलावर आणून ठेवल्या जातात, पण त्यात मांडण्याची पद्धत नसते. त्या नुसत्याच ठेवल्या जातात. जपानी 'न्यौकान'मध्ये मला सगळ्यात आवडलेली गोष्ट म्हणजे मांडण्याची पद्धत. आपल्या ताटात कसे डावीकडचे-उजवीकडचे पदार्थ, वरण-भात, गोड पदार्थ यांची जागा ठरलेली असते तसेच जपानी जेवणाच्या डिश किंवा बाउल ठेवताना एका विशिष्ट पद्धतीने मांडल्या जातात. तुमच्या समोर जर कोणी बसले असेल तर तुमच्या समोर ठेवलेल्या डिश आणि बाउलची मांडणी समोरच्या व्यक्ती समोरील मांडणीची अगदी मिरर इमेज असते. समतोलपणा, डिश किंवा बाउलमधले समान अंतर मांडणी करताना सहजपणे ठेवले जाते. याचे प्रशिक्षण दिले जात असणार. पण ते ठेवण्यात जी सहजता असते ती तुम्ही पाहात राहता!

चोपस्टिक्सने खायला सुरवात करण्याआधी मी ती मांडणी डोळे भरून पाहून घेतली. पटकन एक फोटोही काढला. जेवण अतिशय रुचकर तर होतेच, तसेच निगुतीनेही केले होते. जसे की आपण घरी येणाऱ्या पाहुण्यांसाठी करतो ! सगळी काळजी घेतो. हवं नको ते बघतो. तसेच होते ते सगळे.

त्या तरुणीने नंतर एक झाकण असलेला बाउल आणून ठेवला आणि 'आकादाशी' असे नाव सांगितले. सेनसेईंनी सांगितले की रेड मिसोंपासून बनवलेले सूप म्हणजे आकादाशी. मिसो म्हणजे सोयाबीनची पेस्ट. लाल सोयाबीनची पेस्ट करून आकादाशी सूप बनवतात. सूप गरम होते. त्यात काही लाल सोयाबीनचे दाणेही होते. भातावर छोटे मासे होते. अजून एक 'चूकेमोनो' ही होते. मुळ्याचा कीस होता. दिसताना असे वाटते किती छोटे छोटे भाग आहेत हे, पण खाल्ल्यानंतर मात्र पोट आणि मन तृप्त झाल्याचे समाधान असते. या जेवणाला 'काइसेकी' असे म्हणतात.

जेवण झाले तेव्हा सव्वा वाजला होता. यानंतर आम्ही किबुने देवळाकडे प्रस्थान केले.

२५. किबुने देऊळ

शिंतो धर्माच्या देवळांबद्दल मी याआधी बरेच लिहिले आहे. त्यांची प्रवेशद्वारे, देवळापर्यंत जाणाऱ्या रस्त्यावर दोन्ही बाजूला असलेले दगडाचे दिवे, कामोन, देवळाचे रंग, त्यातील देव इत्यादी. परंतु आतापर्यंत पाहिलेल्या शिंतो देवळांपेक्षा हे देऊळ थोडे वेगळे वाटत होते. एकतर वर चढून जायला दगडाच्या पायऱ्या होत्या. त्या पायऱ्यांच्या दोन्ही बाजूला दिवे तर होतेच, मात्र ते लाकडाचे होते. लाल रंगाचे होते. हीच किबुने देवळाची ओळख आहे. रात्रीच्या वेळेस फारच सुरेख दिसत असणार यात शंका नाही. पायऱ्या चढून

गेल्यावर प्रवेशद्वाराला दोन्ही बाजूला मोठे पांढरे कंदील लावले होते. जपानी कागदाचे कंदील होते. आतमध्ये छोट्या छोट्या दगडांची जमीन होती.

१६०० वर्षांपूर्वी बांधलेल्या ह्या देवळातील देव आहे 'पाणी'. पाऊस किंवा समुद्र याच्याशी संबंधित पाणी हा मुख्य देव इथे पुजला जातो. एका पुरात हे देऊळ नष्ट झाले होते. ते हेइआन (७९४-११८५) काळात परत बांधले गेले. इथून वाहणाऱ्या नदीचा संबंध नक्कीच या देवळाशी असणार. हेइआन काळात देवळाला घोडे अर्पण केले गेले. एकाचा रंग काळा (पावसाच्या ढगांचे प्रतीक) आणि एकाचा रंग पांढरा (स्वच्छ निरभ्र आकाशाचे प्रतीक). शेतकऱ्याला आवश्यक असतो पाऊस, त्यामुळे इथे पाण्याची पूजा केली जाते. इथे व्यापार, व्यवसाय भरभराटीला यावा यासाठी घरात ठेवायला काही लाकडाच्या पट्ट्या मिळतात. त्यावर संदेश लिहिलेला असतो. सेनसेइंनी एक अशीच पट्टी विकत घेतली. नवीन घरात ठेवतो म्हणाले. मी पहिल्यांदाच सेनसेइंना देवळात असे काही घेताना पाहिले.

सेनसेइंनी देवासमोर आधी कमरेत वाकून अभिवादन करायचे मग दोन टाळ्या वाजवायच्या नंतर परत वाकून अभिवादन करायचे असे मला सांगितले. मला खरेतर ते माहीत होते. पण मी मान डोलावली आणि त्यांनी सांगितल्यानुसार केले. आधी खरेतर त्यांच्यासोबत मी बरीच शिंतो देवळे फिरले आहे, पण या ठिकाणी सेनसेइ इतर ठिकाणांपेक्षा अधिक भाविक वाटले. मी काही त्यांना विचारले नाही, पण हे देऊळ इतर जपानी लोकांसाठी सुद्धा महत्त्वाचे वाटत होते.

आपल्या देवळांभोवती कशी इतर छोटी छोटी बरीच देवळे असतात आणि त्यात विविध देव असतात तसेच इथेही होते. त्या सगळ्या देवळांना आम्ही भेट दिली. प्रत्येक गाभाऱ्याचे दार बंद होते. त्याला जी कडी होती ती सोन्याची होती. त्यावरील डिझाईन वेगवेगळे होते. सेनसेइंना याबद्दल विचारायला हवे असे मनात विचार येत असताना मला लक्षात आले की सेनसेइ कधीच पायऱ्या

उतरून गेले आहेत. ते बरेच पुढे गेले होते आणि मला परत धावत जाऊन त्यांना गाठावे लागले.

त्यानंतर अजून एका देवळासमोर बरीच मोठी रांग होती. त्या रांगेत आम्ही उभे राहिलो. काही विचारावे तर इतकी शांतता होती आणि कोणीच बोलत नव्हते. त्यामुळे मी नंतर विचारावे असे ठरवले. दर्शन घेऊन झाल्यावर सेनसेईंनी विचारले कॉफी पिऊया का? तीन वाजले होते, तशीही चहाची वेळ झालीच होती. मग आम्ही एका छान कॅफेटेरियामध्ये गेलो. तिथे मला कॉफी ऐवजी आइस्क्रीम सोडा खावासा वाटला. मग आम्ही दोघांनी तो ऑर्डर केला. बनवणारा एकच माणूस होता त्याने सांगितले वेळ लागेल तर चालेल ना? आम्ही हो म्हटले खरे पण त्याने बराच वेळ लावला. बाजूने वाहणारी नदी आणि चिनार वृक्ष बघत वेळ कसा गेला ते कळले नाही. त्या शांत वातावरणात काही बोलावे असे वाटत नव्हते.

मी विचार करू लागले इतक्या उंच डोंगरावर इतकी प्राचीन देवळे कशी काय जतन केली असावीत? त्यांचे पावित्र्य, स्वच्छता, शांतता ज्या प्रकारे राखली जाते त्याला तोड नाही. इतकी गर्दी असून सुद्धा कुठेही कचरा नाही, गडबड गोंधळ नाही, पुजाऱ्याची लुडबुड नाही. देव कोणत्याही स्वरूपात का असेना तो मनाला भावतोच. इथे पाणी हा देव होता. पाणी तर आपले जीवनच आहे ना! त्याला पुजणे, त्याला जपणे हे मानवाचे काम आहे. शिंतो धर्मामधली मला ही गोष्ट फार आवडते. ज्या गोष्टीवर आपले जीवन अवलंबून आहे त्याला या धर्मात देवाचे स्थान आहे मग तो सूर्य असो, तांदुळासारखे पीक असो की पाणी. आपण समुद्राची, नदीची पूजा करतोच की. पद्धती वेगळ्या, भाव तोच.

आइस्क्रीम सोडा फारच छान होता पण जितका वेळ यायला लागला त्याच्या अर्ध्या वेळात तो संपला. आम्ही परत बसकडे जायला निघालो. आता सूर्य मावळतीकडे झुकला होता. अजून एक शिंतो देऊळ पाहायला जाऊ असे सेनसेईंनी सुचवले आणि आम्ही स्टेशनवर आलो. दुसऱ्या एका स्टेशनला जायचे होते आणि नेहमीप्रमाणे मी काहीतरी घोळ घातलाच...

२६. परत एक फजिती आणि त्या निमित्ताने शिमोगामो जिंजा

क्बिुनेगुची असे स्टेशनचे नाव आहे. स्टेशनवर यायला निघालो तेव्हा साधारण पावणे चार वाजले होते. शरद ऋतूमध्ये अंधार लवकर पडतो. झाडांचे रंग आता संध्याकाळच्या सूर्यकिरणांनी अजून खुलले होते. इथून परत जायचे मन होत नव्हते. किती किती पाहून घेऊ असे झाले होते. माझा आतापर्यंतचा अनुभव असा आहे की मला जे ठिकाण आवडते तिथे काही ना काही कारणाने मी परत गेले आहे. परंतु इथे येणे होईल का माहीत नव्हते. बसने स्टेशनला आलो आणि ट्रेन यायची वाट पाहू लागलो. प्लॅटफॉर्म अरुंद होता. गर्दी होती. सेनसेइ रांगेत अगदी पाठीमागे उभे होते.

मी ट्रेन येण्याची वाट बघत होते कारण मला एक व्हिडिओ घ्यायचा होता. शिवाय मला मोटारमनच्या मागे उभे राहून दरीमधील सगळे सौंदर्य पाहायचे होते. ट्रेन आली आणि मी पटकन ट्रेनमध्ये चढले. ना मी सूचना ऐकली ना मी हे पाहिले की सेनसेइ चढले आहेत की नाहीत. ट्रेन सुरु झाली आणि सेनसेइंचा पाठून आवाज आला. "तुला दुसरे जिंजा बघायचे नाही आहे का?" मी म्हटलं "बघायचे आहे" सेनसेइ म्हणाले, "मग ह्या ट्रेनमध्ये का चढलीस? ही ट्रेन देमाचीयानागीला जाते आहे" माझ्या फोटो काढण्याच्या नादात मी होणाऱ्या अनाऊन्समेंटकडे लक्ष दिले नव्हते आणि नको त्या ट्रेनमध्ये चढले होते. मी सेनसेइंना म्हटले, "मला जिंजा बघायचे आहे, आता काय करूया?" सेनसेइ म्हणाले, "आता पुढच्या स्टेशनवर उतरून परत मागे जाणारी ट्रेन पकडावी लागेल. यात वेळ जाईल आणि जिंजा बंद होऊ शकते. काय करायचे?" मी म्हटले, "उतरूया". मग आम्ही पुढच्या स्टेशनवर उतरलो.

एकच रूळ होता आणि छोटेसे क्रॉसिंग होते. फाटक वगैरे काही नाही. कारण तिथे ट्रेन्स सारख्या जात येत नाहीत. गावातली छोटी स्टेशन आहेत ती. आम्ही रूळ ओलांडून पलिकडील प्लॅटफॉर्मवर गेलो. ट्रेन यायला किती वेळ होता काही कळत नव्हते. माझ्यामुळे वेळ फुकट गेला होता. वेटींग रूमसारखे लाकडाचे एक सुबक घर होते. सेनसेइ त्याच्या आत जाऊन पुस्तक वाचत बसले. त्याचा फायदा घेऊन मी स्टेशनवरून खाली उतरून छोट्या रस्त्यावर पटकन जाऊन आले. मला खरेतर त्या गावात जायची फारच इच्छा होत होती. पण सेनसेइंचा चेहरा समोर दिसत होता आणि ट्रेन आली तर धावपळ झाली असती. मी लगेच परत प्लॅटफॉर्मवर आले तर सेनसेइ वेटींगरूम मधून बाहेर आले होते. माझ्याकडे त्यांनी असे पाहिले की 'काय ही, कुठे जाऊन आली आता?' जपानी लोक असं काही करत नाहीत. उगाच कुठेतरी माहीत नसलेल्या ठिकाणी उतरायचं वगैरे. पण मला कशाचीच भीती वाटत नाही जपानमध्ये.

सेनसेइ म्हणाले, "आता परत मागे जाण्यात अर्थ नाही, जिंजा बंद झाले असणार." माझा हिरमोड झाला. मी शेवटचा एक केविलवाणा प्रयत्न केला. विचारले, "जर ट्रेन आता आली तर जाऊया का?" सेनसेइ काही बोलले नाहीत. अजून दहा मिनिटे अशीच गेली. मग मीच म्हटले, "परत जाऊया देमाचीयानागीला." मग परत आम्ही रूळ ओलांडून समोरच्या प्लॅटफॉर्मवर गेलो. आता सूर्य जवळ जवळ अस्ताला जायला सुरवात झाली होती. ट्रेन आली आणि आम्ही देमाचीयानागीला निघालो. मला फारच वाईट वाटत होते की किबुने मधला अजून एक स्पॉट बघायचा राहिला. मनात मी दोष त्या 'आइस्क्रीम-सोडा'वाल्याला देत होते. पण माझीही चूक होतीच.

स्टेशनवर उतरलो तर सेनसेइ म्हणाले, "आपण एका जिंजाला जाऊया. शिमोगामो जिंजा पाहिले आहेस का?" मी हे नाव प्रथमच ऐकत होते. मी नाही अशी मान डोलावली आणि त्यांच्या बरोबर चालायला सुरवात केली.

२७. शिमोगामो जिंजा आणि क्योतोचा अनोखा अनुभव

देमाचीयानागी स्टेशनच्या बाहेर पडल्यावर पाच मिनिटांनी एक नदी लागली. कामो नदी. तिच्या ब्रीजवरूनच आम्ही चालत होतो. त्या नदीमध्ये काही मोठमोठे कातळ दिसत होते आणि त्यावरून लोकं येत जात होते. सेनसेइंनी सांगितले की पूर्वीच्या काळी जेव्हा ब्रीज बांधलेले नव्हते तेव्हा लोकं या कातळांवरून नदी पार करायचे. ते कातळ अजून तसेच ठेवले आहेत. मला या गोष्टीचे इतके नवल वाटले की एक अतिशय प्रगत आणि खरेतर आशिया मधील सगळ्यात प्रगत देश त्याच्या पूर्व काळातील काय काय गोष्टी जतन करतो! प्रगती होऊन सुद्धा पूर्व कालीन गोष्टीची आठवण असावी की आपल्या पूर्वजांनी काय कष्ट घेतले असतील तेव्हा नदी पार करण्यासाठी ते नवीन पिढीला कळावे हा उद्देश असावा का? आता आपण अगदी सहज ब्रीज ओलांडून जातो. ते कातळ इतिहासाची साक्ष देत होते.

काही वेळ मला ते दृश्य पाहायचे होते. सेनसेइ बरेच पुढे निघून गेले होते. मग मी फोटो काढायचे थांबवून त्यांच्या पाठी गेले. सेनसेइ खरेतर ओसाका मधले. क्योतोमध्ये असे किती वेळा आले असतील माहीत नाही. पण क्योतोमध्ये संपूर्ण आयुष्य गेलेल्या व्यक्तीप्रमाणे त्यांना सगळे रस्ते पाठ होते. जिंजापर्यंत पोहोचायला आम्हाला १५-२० मिनिटे लागली. चालताना मी सेनसेइंना बरेच प्रश्न विचारून भंडावून सोडले. त्यात मग जपानी जेवणाचे पदार्थ असोत की वेगवेगळ्या केन *(त्यांचे प्रिफिकचर)* मधल्या चाली-रीती, माणसांचे स्वभाव, इत्यादी. मला सेनसेइ म्हणजे encyclopaedia वाटतात. त्यांच्याकडून बरीच माहिती मला नेहमी मिळत असते. बोलता बोलता जिंजा आले आणि सर्वप्रथम दिसलं ते प्रचंड मोठे विस्तीर्ण जंगल आणि मोठे प्रवेशद्वार.

शिमोगामो हे शिंतो धर्माचे अतिशय प्राचीन देवळांपैकी एक देऊळ आहे. कामो नदीच्या दक्षिण दिशेला असलेले हे देऊळ युनेस्कोने क्योतोच्या १७ पैकी एक जागतिक वारसा स्थान म्हणून त्याला दर्जा दिला आहे. त्या विस्तीर्ण जंगलाचे नाव 'तादासु नो मोरी' आहे. मुख्य देवळापर्यंत चालत जायला दहा मिनिटे लागतात. १२ हेक्टरमध्ये पसरलेले हे जंगल टोकियो डोमच्या तिप्पट आहे असे म्हणतात. देवळाचे तोरिइ द्वार हे दोन मजली आहे आणि अतिशय सुरेख पांढऱ्या आणि केशरी रंगाचे आहे. आत शिरताच दोन मुख्य आकर्षणे म्हणजे मिताराशी शा (छोटे जिंजा) आणि ताइकोबाशी (वक्राकार ब्रीज). एकतर मोमीजी म्हणजेच चिनार वृक्षांचा कमालीचा रंगबदल चहूकडे दिसत होता. त्याच्या पार्श्वभूमीवर असलेला तो केशरी ब्रीज आणि ते छोटे देऊळ इतके मनमोहक होते की आपण नक्की पृथ्वीवर आहोत की कोणत्या स्वप्ननगरीत आहोत असा संभ्रम पडावा. मिताराशी शा' हे पवित्र आणि शुध्द पाण्यासाठी पुजले जाते. ज्याच्या तळाला नैसर्गिक पाण्याचा स्रोत आहे.

मुख्य देवळाचा देव आहे चमकणाऱ्या विजा. आकाशातल्या चमकणाऱ्या विजांचे इथे पूजन केले जाते. तसेच ज्या चिनी १२ राशी आहेत त्या प्राण्यांची देवळे इथे आहेत. इथे लोकं मुख्यतः स्वतःच्या व्यवसायात यश प्राप्त व्हावे आणि भरभराट व्हावी यासाठी येतात. इथे सुद्धा दर्शनासाठी बरीच मोठी रांग होती. आमचे दर्शन घेवून झाले आणि नंतर आम्ही परिसरात थोडे फिरलो. जंगल असल्यामुळे थंडावा तर होता पण एक प्रकारचे मानसिक समाधान मिळाले होते. देवळांची पवित्रता तर सगळीकडे असतेच पण प्रत्येक ठिकाणचे काहीतरी वैशिष्ट्य असते. कुठे डोंगरातील गूढता तर कुठे जंगलातील शांतता. आज निसर्गातील या दोन्ही ठिकाणी वसलेली शिंतो देवळे पाहण्याचे भाग्य मला लाभले होते. मनाचे समाधान दोन्हीही ठिकाणी समान होते. पानांचे रंग बदलणाऱ्या निसर्गाचा यामध्ये फार मोठा वाटा होता.

आज बरेच चालणे झाले होते. अजून ओसाकाला जायचे होते. ट्रेनचा प्रवास होता. थोडे दमल्यासारखे वाटत होते. ट्रेनमध्ये बसायला जागा मिळाली पण

सेनसेइंनी एका आजोबांना जागा दिल्यामुळे त्यांना उभे राहावे लागले. मला किबुने आठवत होते. डोळ्यावर झापड येत होती पण आठवत होती ती मोमिजीची पाने, झाडांचा बोगदा, वाहणारे झरे, न्यौकान मधले आदरातिथ्य, काइसेकी जेवण, कामो नदीतील कातळ, क्योतोचे नैसर्गिक सौंदर्य..... आज एका दिवसात किती सौंदर्य स्थळे पाहिली, किती पवित्र ठिकाणे पाहिली! कानसाइ माझे आवडते आहेच पण त्याच्या प्रेमात परत परत पडावे असे क्दाचित विधात्याच्या मनात असावे त्यामुळेच मला अशा जागा पाहण्याचे भाग्य लाभते आहे. जपानने मला काय दिले याची यादी वाढत चालली आहे, त्याचबरोबर त्याची परतफेड कोणत्या स्वरूपात करावी हे विचार मनात येत असतानाच साकाइ आले.

२८. ओसाकाच्या ट्रामस् आणि फेरफटका

उद्या मला पुण्याला परत जायचे होते. आजच ऋषिकेशने मला 'ओसकाच्या ट्रामस् बघू आणि सकाळची न्याहारी एकत्र करू' असा मेसेज केला. हिरोयुकी सेनसेइ कामावर जाणार होते. मी ऋषिकेशला सेनसेइंच्या घरापाशी बोलावले.

आम्ही चालत निघालो. काही अंतरावर ट्रामचे स्टेशन होते. तिथे मी नकाशा पहिला तर संपूर्ण ओसाकाभर 'ट्रामस्'चे जाळे दिसत होते. ही माहिती मला नवीन होती. पूर्ण नकाशा पाहिल्यावर लक्षात आले की साकाइच्या आधीच्या स्टेशनहून निघणारी ट्राम थेट ओसाका किल्ल्यापर्यंत जाते. मधे ती सुमियोशी ताइशा, तेंनोजि, तेंनोजि प्राणी संग्रहालय, असे महत्त्वाचे स्टॉपस् घेते. मला खूपच आनंद झाला. ऋषिकेश म्हणाला, "सेनसेइ ह्या ट्राम छोटी छोटी स्टेशन्स घेतात. तिथे छोटे कॅफेटेरिया असतात आणि ब्रेकफास्ट ही मिळतो."

आम्ही दोन तीन स्टेशन्स सोडून एका स्टेशनवर उतरलो.

तिथे रूळ ओलांडल्यावर एक छोटे कॅफेटेरिया होते. अगदी ६ जणं बसू शकतील इतकीच जागा होती. बाहेर सायकल ठेवायला जागा होती. ऋषीकेश शाकाहारी असल्यामुळे आम्ही शाकाहारी नाश्ता मागवला. बऱ्याच गप्पा झाल्यानंतर तो त्याच्या मार्गाने गेला. मला म्हणाला, "सेनसेइ पुढच्या वेळेस याल तेव्हा मी तुम्हाला देवी' नावाच्या रेस्टॉरंटमध्ये घेऊन जाईन. तिथले कुक्स नेपाळी आहेत, पण भारी जेवण बनवतात" मी मान डोलावली.

ऋषीकेश गेल्यानंतर मी ट्रामने अजून काही स्टेशन्सवर गेले. माझा कानसाई पास होता. परंतु तो ट्रामसाठी चालत नाही. तिथे तुम्हाला कॉइन्स किंवा आयकोका कार्ड वापरावे लागते. हे मी लक्षात ठेवले.

परत जपानला कधी यायचे याचा विचार मी आता तरी करत नव्हते परंतु यायचे तर होते. या वर्षी माझ्या ३ फेऱ्या झाल्या होत्या. घरचे मला साथ देतात आणि माझा क्लास मी जपानमध्ये असताना माझ्या विद्यार्थिनी घेतात याचा अर्थ मी त्या सगळ्यांना गृहीत धरणे योग्य नव्हते.

एखादा देश बघायचा तर माझ्या दृष्टीकोनातून मुख्यतः ३ गोष्टी आहेत.

त्या देशाचा निसर्ग, ऋतुनुसार स्थळे आणि खाद्य संस्कृती.

जपानचा निसर्ग जपानी माणसाने अतिशय मन लावून जपला आहे. जपानमधे ४ ऋतू आहेत. त्यापैकी मी जवळ जवळ सगळे पाहिले होते आणि खाद्य संस्कृती म्हणाल तर ती अनुभवली होतीच.

आता राहिली स्थळे. जपानचे ४७ प्रांत आहेत, त्यापैकी पर्यटकांच्या दृष्टीने जी प्रसिद्ध स्थळे आहेत ती माझी पाहून झाली होती. १३ प्रांतांमध्ये मी गेले होते आणि जवळजवळ ७० स्थळे पाहून झाली होती. काही तर शैक्षणिक सहली आणि मैत्रिणींच्या निमित्ताने पुन्हा पुन्हा पाहिली होती. आता मला अशा काही जागा बघायच्या होत्या ज्या मी आतापर्यंत पाहिल्या नाहीत. त्यासाठी मला परत यायचे होते.

घरी येऊन मी माझी खोली चकाचक केली. बॅग्ज तयार होत्याच. दुसऱ्या दिवशी निघताना साकाइच्या घराकडे तोंड करून ३ वेळा कमरेत वाकून अभिवादन केले.

मनात त्या घराचे आणि सेनसेइंचे आभार मानले. परत कधी येईन माहीत नाही, पण नक्की येईन असे त्या घराला सांगून मी स्टेशनची वाट पकडली.

२०२४ मार्च एप्रिल सहल

१. अनपेक्षित मिळाली संधी

जपानच्या ओसाकामधील एका माध्यमिक शाळेने मला विचारले की गणित आणि इंग्रजीसाठी काही शिक्षक पाठवू शकाल का? मी एका शिक्षकांना विचारले, ज्यांना तिथे जाऊन शिकवणे शक्य होते. परंतु काही कारणास्तव जाण्याच्या १ आठवडा आधी त्यांचा मला फोन आला की ते जाऊ शकत नाहीत. आता मात्र माझे धाबे दणाणले. कोणाला शब्द दिला आणि तो पाळला नाही तर त्यासारखे वाईट दुसरे काही नाही. मी शाळेला कळवले की असे कारण झाले आहे तर ऑनलाईन शिकवलं तर चालू शकेल का? त्यांची मेल आली की नाही चालणार. तुम्ही काही मुलांचे प्रायव्हेट क्लास घेऊ शकाल का? हे अर्थात ओळखीचे पालक होते त्यामुळे त्यांना असे चालणार होते. मला खरेतर जून-जुलैमध्ये जपानला जायचे होते परंतु आता लगेच निघायला लागणार होते. शाळेला स्प्रिंग व्हेकेशन (वसंत ऋतूची सुट्टी) असते, त्या काळात हे वर्ग असणार होते.

मार्चचा शेवटचा आठवडा आणि एप्रिलचे पहिले २ आठवडे असा कालावधी ठरला होता.

मी ओसाकाच्या 'एअर बी एन बी'चे बुकिंग केले. मी एक आठवडा जास्त राहायचे ठरवले कारण मला या वेळेस जपानच्या ट्रेन्सचा अभ्यास करायचा होता. क्लासेस एक दिवसाआड असणार होते, त्यामुळे मधल्या वेळेत मी जाऊ शकणार तर होतेच परंतु नाही जाता आले तर एक अजून आठवडा मी माझ्यासाठी ठेवला.

हवामान खात्याचा अंदाज दरवर्षी प्रमाणे नेट वर आला होताच. साकुरा कधी कुठे फुलणार याबद्दल तारखा लिहिलेल्या असतात. त्यानुसार २३ मार्च नंतर साकुरा फुलणार होता. माझी जायची तारीख २० मार्च होती... म्हणजे मला साकुरा पाहायला मिळणार होता तर !

क्योतोमध्ये साकुरा अतिशय सुरेख फुलतो अशा ८१ जागा आहेत. त्यातली बहुतेक देवळे आहेत. मी वेळ मिळाला तर अशा ३ जागी जायचे मनात ठरवले जिथे मी आधी कधी गेले नव्हते.

कसा वेळ मिळतो त्यावर माझे फिरणे अवलंबून होते. मी २० मार्चला ओसाकाच्या कानसाइ विमानतळावर उतरले. मला रिसिव्ह करायला ऋषीकेश आणि त्याचा भाऊ गुरूनाथ आला होता. आम्ही साकाइला जाणारी ट्रेन पकडली.

२. बोचरी थंडी, साकुरा कळ्या आणि चुबाकी

खरेतर मार्चचे २० दिवस संपले होते, तरी सुद्धा थंडी काही कमी झाली नव्हती. मी थंडीसाठी तशी काहीच तयारी करून आले नव्हते. बोचरा वारा सुटला होता. रस्त्याच्या कडेला रांगेने सगळी साकुराची झाडे होती. ज्याची

पानगळ झाली होती आणि कळ्या दिसू लागल्या होत्या. म्हणजे साकुरा फुलायला वेळ होता तर... हे दृश्य मी प्रथमच पाहत होते. आत्तापर्यंत मी साकुरा नेहमी पूर्ण फुललेला पाहिला आहे.

शिवाय काही अप्रतिम फुलझाडे बघायला मिळत होती जी मी आधी कधीच बघितली नव्हती. त्यामध्ये मुख्यतः 'चुबाकी' हे फूल. हे जपानी नाव असून इंग्रजीत त्याला 'कॅमेलीया' असे म्हणतात. मराठी भाषेत याला नाव नाही. कारण ही फुले थंड प्रदेशात फुलतात. भारतात ही आढळत नाहीत. गुलाब वाटावा असेच फूल असते, परंतु पाकळ्या सुरेख आणि रंग गुलाबी व लाल. लाल चुबाकीचे परागकण पिवळे जर्द असतात. ह्या फुलांच्या कळ्या सर्वत्र दिसत होत्या. हिरव्यागार झाडांवर गुलाबी लाल कळ्या फारच छान दिसत होत्या. वसंत ऋतूचे आगमन होत आहे ही जाणीव करून देणारी ती फुले पाहून मन प्रसन्न होत होते.

जपानला निसर्गाने भरभरून दान दिले आहे आणि ते जपानी लोकांनी जपले आहे. प्रत्येक सोसायटी असो, बाग असो की रस्त्याच्या कडा असोत वेगवेगळ्या प्रकारची फुले, गुच्छा गुच्छांनी येणारी, अनेक रंगांची, आकारांची फुले बघताना मनात विचार येतोच... हे कसे काय जमते या लोकांना? निसर्गाची जपणूक करणे, त्याची नासधूस न करता गाव, शहर कसे सुरेख दिसावे यासाठी केलेले प्रयत्न, हे पदोपदी दिसतात. मी रस्ता ओलांडून जाण्याआधी सिग्नल लाल होता म्हणून थांबले होते. तेवढ्यात मला एक साधारण ८० वर्षांचे आजोबा दिसले. रस्त्याच्या कडेला फुलांचे वाफे केले होते. तिथे ते खुरपणी करत होते. छोटे तण काढून टाकत होते. झाडांना आणि फुलांना अगदी लहान मुलांसारखे हाताळत होते. त्यांचे वय पाहता ते काही कोणते कामगार नक्कीच दिसत नव्हते. आजूबाजूच्या सोसायटीमध्ये राहणारेच असणार हे नक्की. यांना सार्वजनिक ठिकाणी अशी कामे करावीत असे का वाटत असावे? माझे गाव सुंदरच दिसले पाहिजे असा अट्टाहास का असावा ? आणि आपल्याकडे तो का नाही? सार्वजनिक ठिकाण हे आपण आपले मानत नाही असेच मला वाटते.

"मी रस्ता आणि परिसर का सुंदर ठेवू?" असा प्रश्न जपानी माणसाच्या मनात येत नाही. तुम्हाला रस्त्याच्या कडेला दिसतील ती फक्त पाने किंवा फुलांच्या पाकळ्या.

चुबाकीच्या कळ्या कधी फुलतात ही ओढ मला लागली. साकुरा फुलणार होताच. परंतु त्याआधी काही फुले फुलायला लागली होती. वसंत ऋतूला सुरवात झाली होती.

३. साकाइ देनशोकुकान

मी साकाइमध्ये मागच्या ऑक्टोबर मध्ये राहिले होते. परंतु त्या वेळेस फारसे फिरून बघता आले नव्हते. आज मी सकाळपासून साकाइचे रस्ते फिरून बघायचे ठरवले. प्रत्येक शहरात काही ना काही विशेष गोष्टी, स्थाने असतात. ती फिरून बघितल्या शिवाय समजत नाहीत.

साकाइमध्ये जिथून ट्राम जातात त्या रस्त्याच्या बाजूच्या फूटपाथवरून मी चालत होते. सुंदर सुंदर फुलांचे वाफे लावले होते. मधेच एखाद्या घरासमोर सुरेख बाग दिसत होती. साकाइचे भले मोठे पोलीस स्टेशनही दिसले. काही अंतर गेल्यावर एक म्युझियम नजरेस पडले. प्रथम मला दिसला तो मोठा चाकू जो कौलारू छपरावर प्रदर्शित केला होता. आश्चर्य वाटून मी जवळ जाऊन वाचले तर कळले की ते साकाइमधील चाकू, रग, चूसेन किमोनो, अगरबत्त्या या गोष्टींचा संग्रह असलेले म्युझियम आहे. त्याचे नाव देनशोकुकान आहे.

१७व्या शतकात साकाइ हे 'कार्पेट' आणि रग यांसाठी प्रसिद्ध होते. १८३१ साली केवळ १२० तातामी (जपानी चटया) तयार करणाऱ्या कंपनीने १८९५ साली

८,९१,२२५ तातामी इतके उत्पादन केले. ह्या काळात ओसाकाच्या निर्यातीत साकाइचा प्रमुख वाटा होता.

१७व्या शतकात साकाइमध्ये कापूस ब्लीच करायचा उद्योग सुरू झाला. त्या कापसाला 'वाझाराशी' हे नाव होते. हाताने डाईंग करण्याच्या पद्धतीला 'चूसेन' असे नाव आहे. त्या पद्धतीने तयार केलेला किमोनो म्हणजे 'चूसेन किमोनो'.

१६व्या शतकात पोर्तुगाल मधून तंबाखू जपानमध्ये आला. तंबाखूची रोपे कापण्यासाठी जे चाकू वापरले जात होते ते आयात केलेल्या चाकूपेक्षा अतिशय धारदार होते. तोकुगावा या सम्राटाने या चाकूंसाठी "साकाइ किवामे" ह्या हॉल मार्कला (शुद्ध असल्याचा स्टॅम्प) परवानगी दिली.

या म्युझियममध्ये मी पहिल्या मजल्यावर गेले आणि पाहते तर काय... अनेक प्रकारचे चाकू, सुऱ्या.... अनेक आकाराचे, वेगवेगळी हॅण्डल असलेल्या चाकूंचा उत्कृष्ट संग्रह होता. त्या चाकूंचा इतिहास, ते कोणी बनवले, ब्लेड वरील माहिती, स्मृती चिन्हे हे सगळे पाहून थक्क व्हायला होते. चमकदार, धारदार, डोळ्यांचे पारणे फेडणारे, अतिशय नीटनेटके लावून ठेवलेले ते सुरे आणि चाकू बघताना खरंच वेगळ्याच दुनियेमध्ये आपण जातो. १७व्या शतकात तयार केलेले सुरे आणि चाकू सुद्धा तिथे ठेवलेले आहेत. काही हजार येन पासून ते लाखो येन किमतीचे चाकू आहेत. तुम्ही ते विकत घेऊ शकता. असे म्हणतात की जपानमध्ये माणसाकडे चाकूंचा संग्रह जितका मोठा असतो, तितका तो श्रीमंत असे समजले जाते.

वरच्या मजल्यावर चूसेन किमोनोचे प्रदर्शन मांडले आहे. उदबत्त्यांचे विविध प्रकार, रग आणि चटया यांचेसुद्धा अप्रतिम प्रदर्शन आहे. एक ते दीड तास वेळ काढून गेलात तर तुम्ही या म्युझियमचा आनंद घेऊ शकता. तिथे मला आवडली ती एक गोष्ट म्हणजे चाकू आणि सुऱ्यांपासून बनवलेले झुंबर! जवळ जवळ ६ फूट उंची असलेल्या त्या झुंबरावर असा काही प्रकाश सोडला आहे की ते लांबून काचेच्या लोलकाचे आहे असेच वाटते. काचेच्या घरात ठेवले आहे. साहजिक आहे धारदार चाकूंचे असल्यामुळे ही काळजी घेतली आहे.

कल्पना अतिशय वेगळी आणि छान होती. मी सगळे मनसोक्त पाहून बाहेर पडले.

आता मला साकाइच्या ट्राम बघायच्या होत्या. मी ट्राम धावणाऱ्या रस्त्याच्या दिशेने चालू लागले.

४. ओसाकाच्या ट्रामस् आणि हामादेरा

खरेतर ट्रेनपेक्षाही मला आवडतात त्या ट्रामस्. मागील वर्षी मी सर्वप्रथम क्योतोला रानदेनमध्ये बसले आणि जो जीव जडला 'जपानच्या ट्रामस्'वर की मग मिळेल तिथे आणि वेळ असेल तेव्हा मी ट्रामने प्रवास केला. मग फुकुओका असो की कागोशिमा. एप्रिलमधल्या शैक्षणिक सहलीच्या वेळेस आम्ही मुलांना हिरोशिमा येथील ट्राममध्ये बसवून तो अनुभव दिला होता.

मागच्या वर्षी साकाइला राहात असताना अगदी शेवटच्या दिवशी ऋषीकेशने मला साकाइ मधले ट्रामचे स्टेशन दाखवले आणि आम्ही त्यातून प्रवासही केला. आता मला त्या 'ट्रामस्'बद्दल अधिक जाणून घ्यायचे होते. त्यासाठी त्यातून प्रवास करणे, त्या स्टेशन्सवर चढणे उतरणे जरूरीचे होते.

ओसाकामधे ट्रामच्या दोन लाइन्स आहेत. एक 'हानकाइ लाईन' जी 'एबिसुचों' म्हणजे शिनसेकाईच्या 'चूतेनकाकु' (टॉवरचे नाव) पासून सुरू होते ती थेट 'हामादेरा' (साकाइ सिटी) पर्यंत धावते. लांबी १४.१ किमी. दुसरी 'उएमाची लाईन' जी 'तेंनोजी'पासून सुरू होते ती 'सुमियोशी स्टेशन' (सुमियोशी ताइशा या शिंतो देवळासमोरील स्टेशन) पर्यंत धावते, लांबी ४.६ किमी.

या ट्रामस् एक किंवा दोन बोगीच्या आहेत. तुम्ही पूर्ण दिवसाचा पास काढू शकता. साधारण ७०० येन इतका असतो. मग तुम्ही दिवसभर कितीही वेळा

चढू उतरू शकता. ओसाकाचे लोकं या ट्रामस् ना प्रेमाने 'चिन चिन देनशा' असे म्हणतात ते त्यात वाजणाऱ्या बेलच्या 'टिन टिन' आवाजामुळे.

'हामादेराचे पब्लिक पार्क नक्की बघा' असे ऋषीकेशने सांगितले होते. म्हणून मी सर्वप्रथम साकाइ स्टेशनवरून हामादेरा स्टेशनपर्यंत ट्रामने गेले.

हामादेरा हे स्टेशन जपान मधल्या इतर स्टेशन्सपेक्षा एकदम वेगळे आहे. पाश्चिमात्य पद्धतीचे लाकडाने बांधलेले मेइजी काळातील (१८६८-१९१२) हे स्टेशन अगदी सुरेख आहे. समोरील भव्य परिसर स्वच्छ आहे. तसेच कोणतेही दुकान किंवा रेस्टॉरंट किंवा तत्सम बांधकाम नसल्यामुळे वर्दळ नसूनही एकाकी न वाटणारा हा परिसर म्हणजे उत्तम बांधकाम आणि कल्पकता याचे उदाहरण आहे. १८९७मध्ये 'तात्सूनो किंगो' याने डिझाईन केलेले हे स्टेशन लाल कौलांमुळे निळ्याभोर आकाशाच्या पार्श्वभूमीवर अगदी उठून दिसते. समोरच हामादेरा पार्क आहे जे पाइन वृक्षांसाठी प्रसिद्ध आहे.

मी हामादेरा पार्कमध्ये जायचे ठरवले.

५. हामादेरा पार्कचा साकुरा

हामादेरा स्टेशन वरून अगदी ५ मिनिटांवर चालत हामादेरा पार्क आहे. समोरच आहे. विस्तीर्ण असे हे पार्क मुख्यतः २ गोष्टींसाठी प्रसिद्ध आहे. जवळ जवळ ५०० पाइनचे वृक्ष आणि ३०० प्रकारचे ६५०० गुलाब. १८७३ साली बांधलेले हे पार्क सगळ्यात प्राचीन प्रांतीय पार्क म्हणून ओळखले जाते.

इतर आकर्षणे म्हणजे स्विमिंग पूल, मुलांची खेळायची अनेक साधने, जॉगिंग ट्रॅक, बार्बक्यूसाठी जागा, सायकलिंग ट्रॅक आणि वाफेवर धावणारी ट्रेन.

बागेचा परिसर बराच मोठा होता. मी सर्वप्रथम नकाशा पाहून घेतला. कुठे कुठे काय आहे त्याप्रमाणे चालायचा रस्ता निश्चित केला.

आजूबाजूची असंख्य रंगीबेरंगी फुले बघत मी पुढे जात होते. काही ठिकाणी सायकली पार्क करून ठेवलेल्या दिसल्या. काही जपानी तरुणी आपल्या छोट्या बाळांना बाबागाडी मधून फिरवायला घेऊन आल्या होत्या. काही आजोबा आणि आजी चालण्याचा व्यायाम करत होते.

मुलांच्या खेळण्याच्या भागात अनेक खेळायची साधने होती. नेहमी सारखी घसरगुंडी, झोपाळे, लपंडाव खेळण्यासाठी छोटी घरे, बसण्यासाठी रंगीबेरंगी मश्रुमच्या आकाराचे बाक, दोरखंडावरील खेळ, आणखी बरेच काही. मला जपानमध्ये मुलांचे प्रमाण कमी होत चालले आहे हे माहीत होते; परंतु इथे काही वेगळेच दृश्य दिसत होते. अनेक मुले मी पाहिली. अगदी ३ वर्ष ते १३/१४ वर्षांची मुले आनंदाने बागडत खेळत होती. जपानी मुले गोबऱ्या गोबऱ्या गालांची,गुलाबी रंगांची आणि अगदी बाहुल्या असाव्यात अशी दिसतात. त्यांचे ते बागडणे मनाला इतका आनंद देत होते की मनात असूनही मी तिथे जास्त वेळ थांबले नाही. मुलांना असे बघत राहणे योग्य नाही. शिवाय मी परदेशी असल्यामुळे तसे करणे योग्य नाही. चालता चालता त्यांचे ते बागडणे दिसले तेवढे पाहून घेतले.

थोडे पुढे गेल्यावर मला कचऱ्याचे मोठे बॉक्सेस दिसले. त्यावर कोणता कचरा कोणत्या बॉक्समध्ये टाकावा, पालापाचोळा कोणत्या बॉक्समध्ये टाकावा ते लिहिले होते. बाग अगदी स्वच्छ होती. इतके वृक्ष असल्यामुळे नक्कीच पालापाचोळा तयार होत असणार. पण मला नेहमी पडणारा प्रश्न की ही बाग साफ कधी करत असावेत. मागच्या एप्रिलमध्ये टोकियोच्या योयोगी पार्कमध्येही मला हे जाणवले होते. अगदी सकाळी ६ वाजता गेलो होतो तरी बाग अगदी स्वच्छ होती.

मी थोडी पुढे गेले तर मला धूर सोडणारी आगगाडी कुठे आहे ती पाटी लिहिलेली दिसली. त्याची वेळ लिहिली होती. संध्याकाळी ५ वाजेपर्यंत होती. मी तिथपर्यंत जाऊन बघायचे ठरवले.

एक टुमदार स्टेशन तयार केले होते. अगदी खरे वाटावे असे स्टेशन होते. तिकीट काढायला स्टेशनवर असते तशीच छोटी खिडकी होती. प्लॅटफॉर्म होता. मुलांनाच काय मोठ्या माणसांना पण खूप मजा वाटेल असे ते स्टेशन होते. पुढच्यावेळी ट्रेनमध्ये बसायचे असे ठरवून मी तिथून निघाले.

आता जवळ जवळ सगळी बाग फिरून झाली होती आणि माझी नजर दूरवर गेली, बघते तर काय.... काही झाडांवर साकुरा फुलला होता!

३-४ झाडांवर साकुरा फुलला होता. मंद वाऱ्यावर फुले लगडलेल्या फांद्या डोलत होत्या. पाकळ्या वाऱ्यावर उडत होत्या. इथे मला पांढरी फुले दिसली. काही अगदी फिक्ट गुलाबी होती. मला दिसलेला अप्रतिम, सुरेख, या वर्षीचा पहिला साकुरा होता तो! कितीतरी वेळ मी त्या झाडांच्या आजूबाजूला फिरून सगळी फुले पाहात होते. मन काही भरत नव्हते. हलणाऱ्या डहाळ्यांना हलकेच स्पर्श करून मी माझे मन भरून घेतले. आता बराच वेळ चालणे झाले होते. भूकही लागली होती. मी परत जायचे ठरवले. गुलाबासाठी प्रसिद्ध असलेल्या हामादेरा पार्कमध्ये मला संपूर्ण गुलाबाने भरलेला बगीचा बघायचा होता. यावेळी काही ठिकाणीच गुलाबाची फुले दिसली. बहुदा एप्रिलमध्ये फुलणार असावीत. याबागेमध्ये मिळाला तो आनंद काही वेगळाच होता. मुले आणि फुले! दोन्ही निरागस निर्व्याज आणि आनंद देणारी!

मी ट्राममध्ये बसण्यासाठी हामादेरा स्टेशनकडे निघाले.

६. कुशिकात्सू

नचिकेतच्या मनात बऱ्याच दिवसांपासून मला एका ठिकाणी जेवायला न्यायचे होते. दर बुधवारी इतर दिवसांपेक्षा लवकर काम आटपत असल्यामुळे बाहेर जेवायला जाण्यासाठी वेळ असतो असे त्याने मला सांगितले होते. त्याप्रमाणे

या बुधवारी आमचे ओसाका स्टेशनला पाण्याच्या घड्याळाकडे भेटायचे ठरले. ७:१० ला भेटायचे ठरले होते. त्याप्रमाणे मी बरोबर 7 वाजून ५ मिनिटांनी पाण्याच्या घड्याळाकडे पोहोचले होते. ह्या ओसाकाच्या स्टेशनचे नाव 'उमेदा' असे आहे. नचिकेत आला आणि आम्ही चालायला सुरवात केली. मी विचारले, "कुठे जात आहोत?" तर म्हणाला, "स्टेशन बिल्डिंगच्या वरच्या मजल्यावरच जायचे आहे."

आम्ही १७व्या मजल्यावर पोहोचलो. अहाहा!! काय सुरेख नजारा होता रात्रीच्या ओसाकाचा! टोलेजंग लुकलुकणाऱ्या इमारती! शांतपणे सरकणारा ट्रॅफिक! इतके मोठे शहर असूनही हॉर्नचे आवाज नव्हते. नियम पाळणारी वाहने आणि माणसं होती. ओसकाचे वेगळेपण ह्यामध्ये आहे की जपानमधले टोकियो नंतरचे दुसऱ्या क्रमांकाचे शहर असूनही टोकियोसारखी प्रचंड गर्दी मात्र नसते. टोकियोसारखी माणसे सतत धावत नसतात. माणसे अगदी आरामात असतात. टोकियोमध्ये चेहऱ्याला इस्त्री केलेली असावी असा त्यांचा भाव असतो, परंतु ओसाकामध्ये तुम्हाला हसरे चेहरे दिसतील. टोकियोमध्ये कपड्यांचे दोन-तीनच रंग दिसतात. पांढरा किंवा ऑफ व्हाईट. फारतर काळा. ओसाकामध्ये तुम्हाला रंगीबेरंगी कपडे दिसतील. एकंदर वातावरण खेळीमेळीचे आनंददायक असते. मला त्यांचा जो स्वभाव आवडतो तो हा की ओसाकाकर 'खाद्यप्रेमी' आहेत. कोणत्याही वेळेला कोणतेही रेस्टॉरंट असो की स्ट्रीट-फूडची दुकाने असोत ती माणसांनी भरलेली असतात. जेवणाचा आस्वाद घेत गप्पा-गोष्टी करत जीवनाचा आनंद घेणारी ओसाकाची माणसे मला आवडतात.

आम्ही जिथे जाणार होतो त्याचे नाव होते 'दारुमा कुशीकात्सू'.

ही मोठी चेन आहे. म्हणजे ही रेस्टॉरंट्स जपानमध्ये सगळीकडे आहेत. 'कुशीकात्सू' म्हणजे स्क्यूअर्स. जपानच्या कुशीकात्सूची खासियत म्हणजे विविध भाज्याही त्यामध्ये असतात. त्यात वांगी, कमळाचे देठ, रताळे, बटाटे, अस्पारागस, काकडी ह्याचा प्रामुख्याने समावेश असतो. मांसाहारी कुशीकात्सूमध्ये कोलंबी, चिकन, अंडे यांचा समावेश असतो. दारुमा कुशीकात्सू

हे तरूणांमध्ये अतिशय प्रसिद्ध आहे. पाहतो तर बरीच मोठी लाईन होती. साधारण ३०/४० मिनिटे थांबावे लागणार होते. आम्हाला काही घाई नव्हती. गप्पा मारत आम्ही उभे राहिलो. त्या दरम्यान आमच्या बऱ्याच गप्पा झाल्या; त्यात पुढच्या वर्षी २०२५ मध्ये ओसाकामध्ये होणाऱ्या व्यावसायिक प्रदर्शनाबद्दल आम्ही बोलत होतो. काही वेळात आमचा नंबर आला. आम्ही टेबलवर स्थानापन्न झालो.

सगळ्यात आधी आम्ही 'एदा मामे' (उकडलेल्या जपानी शेंगा) आणि किवीचे ड्रिंक मागवले. नचिकेत शाकाहारी असल्यामुळे आम्ही दोन्ही प्रकारचे कुशीकात्सू मागवले. माझा चेहरा आनंदाने फुलला होता याचे कारण की मला तळलेले पदार्थ फारच आवडतात. खाण्यावर मी नियंत्रण ठेवते, परंतु जपानी खाण्याचे पदार्थ हा माझा विक पॉइंट आहे. काहीच वेळात वेट्रेसने दोन ट्रे आणून दिले. एकात शाकाहारी आणि दुसऱ्यात मांसाहारी कुशीकात्सू होते. बरोबर सलाड होते.

स्क्युअर्स म्हणजे भाज्या, चिकन, कोलंबी इत्यादी लाकडाच्या काठ्यांमध्ये खुपसून त्यावरील कव्हर कुरकुरीत होईपर्यंत सोनेरी रंगावर तेलात तळून घेतात. हे पदार्थ गरम गरमच खायचे असतात. बरोबर सोया सॉस असतोच. मला हा पदार्थ खायचा अनुभव २००८ मध्ये जपान फाउंडेशनने आम्हाला पार्टी दिली त्यामध्ये प्रथम आला होता. त्यावेळी सुद्धा मला ते सगळे कुशीकात्सू आवडले होते. त्यानंतर मात्र खाण्याची संधी काही आली नव्हती. स्वतः मी कुशीकात्सू खायला नक्कीच गेले नसते याचे कारण की एकतर तो तेलकट पदार्थ आहे, शिवाय एकट्याने खाण्यात काही मजा नाही. हिरोयुकी सेनसेइंबरोबर असे पदार्थ खायला जाणे काही शक्य नव्हते. कारण त्यांना असे तेलकट पदार्थ वगैरे आवडत नाहीत. त्यांनी मला फक्त अशाच रेस्टॉरंटमध्ये नेले आहे जिथे पारंपरिक जपानी जेवण मिळते. म्हणजे आपल्याकडे कसे फास्ट फूड न आवडणारी प्रजा असते तसाच काहीसा हा प्रकार. असो. मी त्यांना जेव्हा हे सांगणार होते की आम्ही कुशीकात्सू खायला

गेलो होतो तेव्हा त्यांच्या जळजळीत टीका ऐकायला लागणार होत्या ही मला खात्री होती. सध्यातरी मी माझ्या खाण्यावर लक्ष केंद्रित केले.

सगळ्यात आवडले ते कमळाचे कुशीकात्सू. फारच अप्रतिम चव आणि अतिशय योग्य प्रमाणात कुरकुरीत होते. ॲस्परागस तर तोंडात विरघळत होते. काकडीचे कुशीकात्सू ठीकठाक होते. दुसऱ्या नंबरवर मी वांग्याच्या कुशीकात्सूचा नंबर लावला. अजून मागवायचे का असे नचिकेतने विचारताच, तेच परत मागवले. तेलकट पदार्थांनी खरेतर पोट लवकर भरते. परंतु कुशीकात्सू कितीही खा, मन भरत नाही. मी प्रत्येक कुशीकात्सू बरोबर नचिकेतला मनापासून धन्यवाद देत होते.

आमचे असे ठरले होते की ओसाकामध्ये जेवायला जायचे तर तो मला नेणार होता, आणि पुण्यात मात्र मी त्याला. आम्ही बिल भरून बाहेर पडलो तेव्हा रात्रीचे १०-१०:१५ वाजले होते. मला साकाइला पोहोचायला अजून ३० मिनिटे लागणार होती. नचिकेत मला 'नानकाइ'पर्यंत सोडायला आला. "गोचीसोसामा" (चविष्ट जेवणाबद्दल धन्यवाद) असे म्हणून मी त्याला निरोप दिला.

७. नाकानोशिमा म्युझियम आणि अप्रतिम चित्रप्रदर्शन

मला चित्रकला आवडते. जपानची 'उकीयो-ए' ही लाकडाचे ठसे वापरून काढलेली चित्रे मला खूप आवडतात. एदो काळातील (१६०३-१८६८) ही चित्रे मला अभ्यासपूर्वक बघायला आवडतात. माझी ही आवड हिरोयुकी सेनसेइंना माहीत आहे की नाही याची काही कल्पना नाही, परंतु त्यांनी मला एका रविवारी नाकानोशिमा येथील म्युझियममध्ये सुरू असलेले 'फुकुदा हेइहाचिरो' या चित्रकाराचे प्रदर्शन पाहायला जाऊया का असे विचारले. मी नाकानोशिमा

म्युझियमबद्दल सेनसेईंकडूनच ऐकले होते. मागच्या वर्षी ते एका प्रदर्शनाला गेले असताना त्यांनी मला त्याचे फोटो पाठवले होते. तेव्हापासून मला ते म्युझियम बघायचे होतेच. मी तत्काळ "जाऊ या" असे सांगितले. साकाइ स्टेशनहून योदोयाबाशी स्टेशनला उतरून चालत गेले की नाकानोशिमा म्युझियम आहे.

आता थोडे नाकानोशिमा म्युझियमबद्दल.

हे अतिशय अत्याधुनिक पद्धतीने बांधलेले म्युझियम आहे. हे एक आर्ट म्युझियम असून २०२२ मध्ये बांधून पूर्ण झाले. इथे जपानच्या विविध काळातील कला आणि संस्कृती निगडीत जवळपास ६००० गोष्टींचा संग्रह आहे. इथे नेहमी वेगवेगळी प्रदर्शने भरत असतात.

मुख्य इमारत ५ मजली असून अत्याधुनिक स्थापत्यशास्त्राचे हे एक उत्तम उदाहरण आहे. श्व्या मजल्याचे बांधकाम हे भूकंपात इमारतीला धक्का पोहोचणार नाही अशाप्रकारे स्टीलच्या फ्रेमने सुरक्षित तर केले आहेच शिवाय पार्किंग आणि बेस आयसोलेशन सिस्टीम हे एक्सपांशन जॉइंटने जोडलेले आहे. पहिल्या आणि दुसऱ्या मजल्यावर चारही बाजूने काचा असल्यामुळे तुम्हाला आजूबाजूचे सुरेख दर्शन घडते. म्हणजेच प्रदर्शन पाहत असताना तुम्हाला पूर्णपणे बाहेरील सुरेख नजाराही पाहायला मिळतो. बिल्डिंग भोवताली सुरेख लॅण्डस्केप तयार केलेले आहे. त्यात हिरवळ, अनेक प्रकारची फुले आणि सुरेख आकार दिलेले वृक्ष इत्यादींचा समावेश आहे. इमारतीच्या पाठचे बांधकाम हे प्रीकास्ट काँक्रिट प्लेट्सने तयार केले आहे. त्यामध्ये स्थापत्य काँक्रिटच्या जोडीने 'इवाते' (जपानमधील एक प्रांत) दगड, क्योतोमधल्या 'उजि' येथील वाळू आणि ब्लॅक पिगमेंट हे सगळे बारीक पूड करून भरले आहे. हे पाण्याच्या उच्च दाबाने थर देऊन भरले आहे. वातावरणाचा कोणताही परिणाम या इमारतीवर होणार नाही, तसेच कुठलाही भाग पडणार नाही असे हे तंत्र आहे. जपान हा भूकंप, चक्रीवादळ, त्सुनामी यांचा देश असल्यामुळे ह्या

सगळ्या नैसर्गिक आपत्तींपासून संरक्षण व्हावे अशीच या इमारतीची बांधणी आहे. आपण हे सगळे पाहून थक्क होतो.

इमारत बाहेरून काळी आहे तर आतील वायुविजन झडपा (एअर सर्क्युलेशनसाठी तावदाने) प्लॅटिनम सिल्व्हरची आहेत. तिथून येणारा प्रकाश आतले दृश्य अधिक आकर्षक बनवतो. आतमधील सरकते जिने तर पाहात राहावेत असे आहेत. त्या इमारतीची बांधणी बघत असताना मन थक्क होते. प्रदर्शन पाहायला येणाऱ्या लोकांची संख्या कितीही असली तरी गर्दी न जाणवणारे आवार; तसेच, वातानुकूलित प्रत्येक मजला, कॅफेटेरिया, वस्तू विक्रीची दुकाने याने हे म्युझियम सज्ज आहे.

आम्ही ज्यासाठी आलो होतो ते प्रदर्शन एका चित्रकाराचे होते. ते तिसऱ्या मजल्यावर होते. सेनसेइ तिकिटे काढत होते त्यावेळात मी जमेल तेवढे म्युझियम फिरून पाहिले. नंतर आम्ही तिकीट दाखवण्याचा रांगेत उभे राहिलो.

८. मंत्रमुग्ध करणारी चित्रे

आम्ही तिकिटे दाखवून तिसऱ्या मजल्यावर जायला निघालो. सरकत्या जिन्याने जायला मला खूप आवडते. त्यात हे जिने बंद नसल्यामुळे आजूबाजूचे सरकणारे जिनेसुद्धा बघायला मिळत होते. म्युझियमची आतील बांधणी फार सुरेख होती. उंचीवर असलेल्या खिडक्यांच्या तावदानातून येणाऱ्या सूर्यप्रकाशामुळे एक नैसर्गिक वातावरण निर्मिती तर होत होतीच शिवाय बांधकामाचे अत्याधुनिक तंत्रज्ञान ही पाहायला मिळत होते. आम्ही आर्ट गॅलरीमध्ये पोहोचलो. आतापर्यंत जी काही प्रदर्शने मी जपानमध्ये पाहिली आहेत.. मग ते सावादा कुटुंबासोबत टोकियोमधले 'उकियो-ए'चे प्रदर्शन असो (ऋणानुबंध पूर्वेचा भाग एक पुस्तकात उल्लेखलेल्या 'होमस्टे' कुटुंबाबरोबर मी पाहिलेले प्रदर्शन) की नागोयामध्ये हिरोयुकी सेनसेइंसोबत पाहिलेले

किमोनोचे प्रदर्शन असो, साधारण दोन ते अडीच तास तुम्हाला वेळ द्यावाच लागतो. प्रदर्शन पाहायचे तर त्यातील एक-एक कलाकृती नीट समजून घ्यायला हवी. कलाकाराने कोणत्या भावनेने ती कला निर्मिती केली आहे, तो भाव समजला तर ती कलाकृती मनाला अधिक भावते.

आजच्या चित्रकाराबद्दल मला फारशी माहिती नव्हती. मी 'उकियो-ए'चा (लाकडांच्या ठशांनी काढलेली चित्रं याबद्दल ऋणानुबंध पूर्वेचा भाग २ मध्ये मी सविस्तर लिहिले आहे) अभ्यास करताना ती काढणाऱ्या चित्रकरांचासुद्धा अभ्यास केला आहे. त्यात प्रामुख्याने मला आवडणारे चित्रकार म्हणजे 'कावासे हासुइ', 'हाकुसाइ' आणि 'हिरोशिगे'. आज ज्याचे प्रदर्शन होते त्या चित्रकाराचे नाव होते 'फुकुदा हेइहाचीरो' (१८९२-१९७४). ह्यांना टोकियो येथील राजवाड्यातील प्रेक्षक गृहामध्ले बांबूचे चित्र रेखाटण्याचा मान आणि बक्षिसी मिळाली होती. त्यांच्या चित्रांची प्रदर्शने कायम भरत असतात, शिवाय त्यांच्या चित्रांचा लिलाव ही होतो.

एक-एक कलाकृती पाहत मी पुढे जात होते. तिथे कोणत्या चित्राचे फोटो काढावेत आणि कोणत्या चित्राचे काढू नयेत ते बघणाऱ्यांना कळावे यासाठी चित्राशेजारी कॅमेऱ्याचे चित्र लावले होते. म्हणजेच कॅमेऱ्याचे चित्र असेल त्या चित्राचा फोटो तुम्ही काढू शकता' असा अर्थ होता. तसेच तुम्हाला चित्राबद्दलची अधिक माहिती कळण्यासाठी हेडफोन दिले होते. त्या-त्या चित्रासमोर उभे राहून हेड फोनचे बटण दाबले की ती माहिती ऐकायला मिळणार होती. प्रत्येक चित्राशेजारी त्याचे नाव जसे की पहिला स्नो, लाल प्लम, साकुरा, इत्यादी तसेच ते चित्र कधी काढले त्याची तारीख हे लिहिलेली होती. चित्रे पाहून हा कलाकार निसर्ग वेडा आहे हे लक्षात येत होते.

मला सगळ्यात आवडली ती 'कोई' माशांची चित्रे. इंग्रजी भाषेत या माशांना 'कार्प' म्हणतात.

ही चित्रे इतकी हुबेहूब होती की खरोखर पाण्यातील मासे बघत आहोत असे वाटत होते. तो मासा ही खूप सुरेख दिसतो. हे मासे विविध रंगांचे असतात.

चित्रे बघत असताना ना वेळेचे भान राहिले ना जागेचे. एका पाठोपाठ दुसऱ्या खोलीतून पुढे पुढे जात राहिले आणि लक्षात आले की सेनसेइ कुठे दिसत नाही आहेत.

आम्ही नेहमी ठरवतो तसे या वेळेस काही ठरवले नव्हते की कुठे परत भेटायचे. म्हणजे आता मी जिथे आहे तिथे थांबावे की बाहेर जाऊन थांबावे ते मला कळेना आणि लक्षात आले की पाय दुखायला लागले आहेत. प्रत्येक चित्रासमोर बसायला बाके होती. मी शेवटच्या खोलीत बाकावर बसले. थोडा वेळ सेनसेइंची वाट पाहिली. जवळजवळ १५/२० मिनिटांनी मला सेनसेइ दिसले. ते फार बारकाईने चित्रे पाहत होते. त्यांना नक्कीच हा चित्रकार आवडत असावा.

बाहेर पडताना मला म्हणाले, "तुला हे प्रदर्शन आवडेल का माहीत नव्हते. उगाच आलो का?" मी म्हटले, "मला खूप आवडले, सेनसेइ. मला या चित्रकाराबद्दल फार काही माहिती नाही परंतु फारच अप्रतिम चित्रे आहेत." त्यांना मी इथे आणल्याबद्दल धन्यवाद दिले. आपल्या देशात किंवा शहरात लागणारे प्रदर्शन आपल्याला कळते परंतु परदेशात कुठे कधी प्रदर्शन असते ते आपल्याला सहज कळत नाहीत. सावादा कुटुंब असो की हिरोयुकी सेनसेइ असोत, यांनी मला केवळ प्रदर्शन आहे हे सांगितले नाही तर ते मला अशा सुंदर सुंदर प्रदर्शनांसाठी घेऊन गेले. अति उच्च अभिरुचीचे हे प्रतीक आहे. परदेशी पाहुण्यांना स्वतःच्या देशातील कलेची ओळख करून द्यायचा हा अतिशय योग्य मार्ग आहे. त्यासाठी मी या लोकांची कायम ऋणी आहे. कायम लक्षात राहील असे हे चित्रप्रदर्शन होते.

बाहेरील दुकानांमध्ये मी काही सोविनिअर्स घेतली. त्यात मुख्यतः बघितलेल्या चित्रांची ग्रीटिंग कार्ड्स, फ्रिज मग्नेट्स होती. त्यातही प्रामुख्याने कोइ मासा, प्लम याची चित्रे असलेली सोविनिअर्स होती. बाहेर आल्यावर मी आजूबाजूचा परिसर मनसोक्त पाहून घेतला. सेनसेइंना माझी थोडी वाट बघायला लागली कारण मी फुलांमध्ये रमले होते.

तिथे एक मोठे कृत्रिम मांजर उभे केले होते. ज्याचे नाव 'शिप कॅट' (अंतराळवीर मांजर) असे आहे. त्याला अंतराळवीराचा पेहराव तर घातला आहेच पण ते मांजर या इमारतीमध्ये येणाऱ्याचे स्वागत करते, तसेच इमारतीचे रक्षण करते असाही त्यापाठी समज आहे. आठवणीसाठी त्या मांजराच्या बाजूला उभे राहून माझा फोटो मी सेनसेइंनकडून काढून घेतला. स्टेशनवर परत येताना 'नाकानोशिमा म्युझियम'बद्दल सेनसेइंनकडून अधिक माहिती विचारून घेतली. पुढच्या वेळेस दुसरे आकर्षक प्रदर्शन असेल तर नक्की जाऊ असे आम्ही ठरवले आणि ट्रेनमध्ये चढलो.

९. गिनकाकुजी आणि साकुरा

आज १ एप्रिल आणि सोमवार. आठवड्याची सुरूवात आणि महिन्याचीही! मी ओसाकाला येऊन १० दिवस होऊन गेले होते आणि अजून काही मला साकुरा फुललेला दिसत नव्हता. या वर्षी उशिरा फुलणार असे ऐकिवात होते.

आज मी क्योतोला जावे असे ठरवले. किनकाकुजी, कियोमिझुदेरा, फुशिमीइनारीजिंजा ही देवळे मी अनेक वेळा पाहिली होती, पण माझे एक प्रसिद्ध देऊळ पाहायचे राहिले होते ते म्हणजे 'गिनकाकुजी'. 'गिन' या जपानी शब्दाचा अर्थ म्हणजे 'चांदी'. म्हणजे हे देऊळ नक्की कसे आहे ते पाहण्याची उत्सुकता होती. न गेलेल्या ठिकाणी नेटवर पाहून कसे जायचे, कोणती ट्रेन पकडायची हे आता मी बऱ्यापैकी शिकले आहे. क्योतोला जाण्यासाठी मी साकाइहून 'तेंगाचाया' या स्टेशनला जाऊन तिथून केइहान लाईनने क्योतोच्या हिगाशियामा स्टेशनला उतरायचे ठरवले. फास्ट ट्रेन मिळाली म्हणजे आता ३५ मिनिटांत क्योतो येणार होते. हिगाशियामा स्टेशनवरून गिओन शिजोला जायचे होते.

ट्रेनमधील सीटच्या खाली हीटर होते त्यामुळे बाहेर थंडी असली तरी आत उबदारपणा होता. फारशी गर्दी नसल्यामुळे मी ट्रेनचे निरीक्षण करत होते. मला दिसलेली क्योतोच्या ट्रेन्सची वैशिष्ट्ये म्हणजे बसायच्या ज्या सीट्स असतात त्या अतिशय सुरेख कापडाने शिवलेल्या असतात. बसताक्षणी तुम्हाला आराम मिळालाच पाहिजे. दुसरी अतिशय आकर्षक गोष्ट म्हणजे ट्रेनची जमीन (फ्लोअर). ही वेगवेगळ्या प्रकारच्या डिझाईन्सची असतात. रंगसंगती सुरेख असते. काही ट्रेन्समध्ये दरवाजा आणि दरवाज्याच्या बाजूच्या सीटच्यामध्ये बऱ्यापैकी रिकामी जागा असते. ती अपंगांची खुर्ची किंवा बाबागाडी ठेवायला मुद्दाम मोकळी ठेवलेली असते. तिथे कोणीही उभे राहत नाही किंवा स्वतःचे सामान ठेवत नाही. काही सीट ह्या आडव्या न पाडता फोल्ड करून ठेवता येतात. गर्दीच्या वेळात खासकरून ती सोय असते. त्यामुळे गर्दीच्या वेळेत त्या जागेत बरीच लोकं उभी राहू शकतात. गर्दी नसेल तेव्हा त्या सीट पाडून बसू शकतो. सीटची दिशा बदलता येते. लोकांना सोयीच्या होतील अशा अनेक सुविधा ट्रेनमध्ये असतात.

जपानी माणसे ट्रेन कधीही खराब करत नाहीत. ते ट्रेनमध्ये खाणे, पिणे, फोनवर मोठ्मोठ्याने बोलणे असे कधीही करत नाहीत. ट्रेनमध्ये कचरा तर नसतोच शिवाय चकचकीत भिंती, छत, स्वच्छ केबिन ही तिथली खासियत. तसेच तुम्हाला ड्रायव्हरची केबिन सहज बघता येते. ती पारदर्शक असते. समोरचा रेल्वे मार्ग तुम्ही अगदी सहज बघू शकता. चालक कसा चालवतो याचे निरीक्षण तर मी अनेक वेळा केले आहे. तो स्टेशनवर उतरून सगळे प्रवासी चढले याची खात्री करून परत जागेवर बसतो. ट्रेनमधल्या सूचना करतो. अदबीने वागतो.

'गिओन शिजो' स्टेशन आले आणि मी उतरले. तिथून मी इन्फॉर्मेशन सेंटरला जाऊन गिनकाकुजींला कसे जायचे ते तिथल्या जपानी बाईला विचारले. तिने मला सांगितलेल्या दरवाज्यातून मी बाहेर पडले आणि चालू लागले. 'गिनकाकुजी ९ मिनिटे' असे लिहिलेला खांब दिसला आणि मी त्या दिशेने चालू लागले. पाहते तर संपूर्ण रस्त्याच्या दोन्ही बाजूला साकुरा भरभरून

फुलला होता. वाऱ्यावर फुलांचे गुच्छ डोलत होते. पांढरा, फिक्कट गुलाबी, गुलाबी, गड्ड गुलाबी किती रंग असावेत! भान हरपून मी पुढे पुढे जाऊ लागले.

असंख्य साकुरा फुललेली झाडे रस्त्याच्या दोन्ही बाजूला आणि एका बाजूने पाणी वाहून नेणारा स्वच्छ नाला होता. त्या नाल्याच्या बाजूने काही रेस्टॉरंट्स होती तर काही सोव्हीनिअर्संची दुकाने होती. रस्त्याच्या एका बाजूला कॉफी शॉप्स, खाण्याची दुकाने, आइस्क्रीम शॉप्स, असे बरेच काही होते. पण माझे लक्ष कुठेच नव्हते..... मी फुलांमध्ये रमले आणि किती चालत गेले ते मला लक्षात आले नाही. मी जवळ जवळ ३०-३५ मिनिटे चालले. संपूर्ण रस्ता साकुरा बघत चालत होते. आणि लक्षात आले की गिनकाकुजी फारच पाठी राहिले आहे.

मी वळून चालायला सुरवात केली. परत येताना मात्र माझे लक्ष आजूबाजूच्या दुकानांकडे जात होते आणि मला दिसले ते उकियो चित्रांचे दुकान. काय आनंद झाला मला!! कधीपासून 'उकियो-ए' विकत घ्यायचे माझ्या मनात होते. एक-एक चित्र म्हणजे अप्रतिम आविष्कार होता. मी मला आवडलेली ३ चित्रे घेतली. त्यात कोइ माशाचे एक, शिंतो देवळाचे एक आणि बर्फ पडलेल्या जागेचे एक अशी चित्रे विकत घेतली. दुकानातील बाईने मला अगदी सुरेख पॅक करून दिली, ज्यायोगे ती चुरगळणार तर नव्हतीच शिवाय बॅगेतूनही सुरक्षितपणे भारतात आणू शकणार होते.

गिनकाकुजीचे नाव असलेली पाटी दिसली आणि मी रस्त्यावरून आत वळले.

बरेच अंतर चालून गेल्यानंतर तिकिटघर दिसले. तिथे खिडकीवर ३ पाट्या लावल्या होत्या: एका माणसासाठी, दोन माणसांसाठी आणि गटासाठी. म्हणजे अशा ३ रांगा होत्या. ग्रुपने आलेल्या माणसांना तिकिटासाठी वेळ लागतो. आता त्यात एकट्याचा किंवा दोघांचा वेळ मोडणार नव्हता. वर्गीकरण कसे करावे हे मी 'जपानी भाषे'पासून ते 'कचरा वर्गीकरण' इथपर्यंत जपानी लोकांकडूनच शिकत आले आहे. ज्यामुळे वेळ वाचतो आणि काम व्यवस्थित होते. मी एक व्यक्ती लिहिलेल्या रांगेत उभी राहिले आणि ५०० येनचे तिकीट काढले.

आत शिरताना दोन्ही बाजूला दिसणाऱ्या हिरव्यागार झाडांनी मन कसे प्रसन्न झाले आणि अनपेक्षितपणे एका वेगळ्याच गोष्टीचे दर्शन झाले.

१०. गिनकाकुजी एक अनोखा आविष्कार

क्योतोच्या पूर्वेला असलेल्या हिगाशीयामा या पर्वतरांगामध्ये वसलेले हे गिनकाकुजी मंदीर म्हणजे १४८२ मध्ये त्यावेळेचा सम्राट 'आशिकागा योशिमासा' ह्याने स्वतःच्या निवृत्तीनंतर बांधलेला विला (बागेतील सुबक घर). या सम्राटाचे आजोबा यांनी त्यांच्या निवृत्तीनंतर क्योतोच्या उत्तरेला किन्काकुजी' हे सुवर्ण मंदीर बांधले. त्यापासून प्रेरणा घेऊन योशिमासा याने 'गिनकाकुजी' बांधले.

योशिमासा हा कलांचा चाहता होता, त्यामुळे हे क्योतोमधील कलाकेंद्र बनले. तिथे 'टी सेरेमनी', 'इकेबाना' (फुलांची रचना), 'नोह थिएटर' (मुखवटा घालून केलेले नाट्य), कविता, बागेची रचना, आणि स्थापत्यशास्त्र या कला प्रगत झाल्या.

योशिमासा याला खरेतर किन्काकुजी जसे सुवर्णाचे आहे तसे गिनकाकुजी चांदीचे करायचे होते. परंतु त्याच्या हयातीत ते काही झाले नाही. जपानी विचार 'वाबी-साबी' म्हणजेच 'कमतरता असून सुंदरता' या विचारानुसार गिनकाकुजी आहे असे जपानी लोक मानतात. काळ्या लाखेमधे रंगवलेल्या या देवळावर चंद्र प्रकाश पडला की ते चमकून चांदीचे आहे असे दिसते. योशिमासा १४८५ मध्ये बुद्धधर्माचा भिक्षू झाला आणि त्याच्या मरणानंतर ह्या विलाचे रूपांतर बुद्ध धर्माच्या देवळात केले गेले. ह्याचे दुसरे नाव 'जिशो जी' असे आहे. इंग्रजी भाषेत याचा अर्थ 'टेम्पल ऑफ शायनिंग मर्सी' (प्रकाशमय मायाळू देऊळ) आहे.

आज गिनकाकुजी हे मुख्य चांदीचे पाविलियन, ६ इतर देवळे,एक मॉस गार्डन, एक अद्वितीय 'ड्राय वाळू'चे गार्डन यांचे बनलेले आहे. सभोवताली फिरून तुम्ही हे गार्डन तर पाहू शक्ताच शिवाय त्याची रचना अशी आहे की वेगवेगळ्या कोपऱ्यातून तुम्हाला गार्डन बरोबरच देवळाच्या वेगवेगळ्या बाजूचे दर्शन होते. तुम्ही मंत्रमुग्ध होता. वाळूच्या बागेत वाळूने उभा केलेला फुजी पर्वत पाहून डोळे सुखावतात. अचूकता,कल्पकता,सौंदर्य याची अनुभूती देणारा हा नजारा!

देवळात शिरताच तुम्हाला सगळ्यात प्रथम दिसतो त्याला नाव आहे 'कान्नोन हॉल'. बुद्ध धर्माची 'मायाळू देवता' हिचे हे देऊळ आहे. ह्याचे २ मजले अनेक भूकंपातही अबाधित राहिले. इथे सामान्य माणसांना प्रवेश नाही. तरीही त्याचे सौंदर्य जपण्याचे काम सातत्याने केले जाते.

वाळूच्या बागेला 'चांदीच्या वाळूचा समुद्र' असे नाव आहे. इथून चंद्राचे निरीक्षण करता येते. अर्थात मी दुपारी पोहोचले असल्यामुळे रात्रीचे किंवा संध्याकाळचे गिनकाकुजी पाहणे काही शक्य नव्हते, परंतु परत कधीतरी संध्याकाळी यायचं असे मी तेव्हाच ठरवले.

मुख्य देवळाच्या बाजूला 'तोगुदो' ह्या नावाचा हॉल आहे. तिथल्या भिंतींवर अतिशय सुरेख चित्रे आहेत. तिथे ज्या तातामी (जपानी चटया) आहेत त्याचे डिझाईन 'शोइन' स्थापत्यशास्त्र आहे. जे अजूनही तातामीची खोली करताना वापरले जाते. तोगुदो हॉलच्या बाजूने गेलात की मॉस गार्डन लागते. तळे, छोटे पूल, छोटे रस्ते,चिनार वृक्ष,बांबूचे कठडे,दगडी पायऱ्या .... मात्र मी हरवून जाते ती झाडांची पसरलेली मुळे पाहून! जपानी मॉस गार्डनची ही खासियत आहे की मुळे जमिनीवर मुद्दाम ठेवली जातात आणि मॉसने झाकली जातात. केवळ अवर्णनीय आहे ते! प्रत्यक्ष अनुभव हाच खरा!! फोटो किंवा वर्णन हे अपुरे आहे.

माझा तिथून पाय निघत नव्हता. पण ओसाकाला परत जावे लागणार होते. देवळाकडे तोंड करून मी परत नमस्कार करून निघाले. डोळ्यासमोर वाळूचा

फुजी पर्वत, मॉसने झाकलेली मुळे येत होती. डोळे पाणावात होते. निसर्गाचे आभार मानून मी बाहेर पडले.

११. किशि तामा आणि बरेच काही

मला कधीकधी काहीही न ठरवता प्रवास करायला आवडतो. म्हणजे नकाशा किंवा रेल्वेचे टाईमटेबल पाहून   ट्रेन शेवटचं स्टेशन कोणते घेणार हे जरी तुम्हाला माहीत असले तरी तिथे काय असेल किंवा कसे फिरायचे हे माहीत नसते. तसे आज मी 'वाकायामा' या 'नानकाइ' रेल्वे लाईनच्या शेवटच्या स्टेशनला उतरायचे ठरवले. साकाइपासून लोकल ट्रेनने जवळ जवळ दीड तास लागतो, पण फास्ट ट्रेन मिळाली तर ३० मिनिटांत पोहोचतो. मी कानसाइ पास काढून ठेवले होते. ३ किंवा ५ दिवसाचा कानसाइ पास असतो. मी ५ दिवसाचे ३ पासेस काढून ठेवले होते. जपानचा 'जे आर पास' (जपान रेल्वे पास) हा तुम्हाला सलग वापरावा लागतो, पण कानसाइ पासचे तसे नाही. मधे एक दिवस तुम्ही कुठे जाणार नसलात तरी तो तुम्ही नंतर वापरू शकता. वापरलेल्या दिवसाची तारीख त्यावर प्रिंट होते. त्यामुळे तुम्हालाही कळते की किती दिवस तुम्ही वापरला आहे. तो आर्थिकदृष्ट्या बऱ्यापैकी स्वस्त पडतो. जपानमध्ये रेल्वे प्रवास हा खूप महाग असतो. त्यामुळे पास काढणे हे नेहमी फायदेशीर ठरते.

वाकायामा प्रांत हा ओसाकाच्या दक्षिण दिशेला असून कानसाइ विभागात मोडला जातो. सुरेख समुद्र किनारा लाभलेला वाकायामा प्रांत अनेक गोष्टींसाठी सुप्रसिद्ध आहे. मी २०१९ मध्ये हिरोयुकी सेनसेइंसोबत 'कोयासान'ला गेले होते तोच वाकायामा प्रांत.

फास्ट ट्रेन मिळाली आणि ती फारशी भरलेली नव्हती. थोड्या वेळाने होते तेव्हढे प्रवासीही उतरून गेले आणि संपूर्ण डब्यात मी एकटीच प्रवासी होते. मी बाहेर बघत होते तर अंतरा अंतरावर साकुराची फुलांनी बहरलेली झाडे

दिसत होती. पोपटी, हिरवीगार शेते दिसत होती. खरेतर वसंत ऋतूला थोडी उशिरा सुरुवात झाली होती. तरीही आता साकुरा फुलायला लागला होता.

छोटी, सुबक, स्वच्छ स्टेशन पार करत ट्रेन धावत होती.

काही वेळातच 'वाकायामा-शी' (वाकायामा सिटी) स्टेशन आले. मी उतरले आणि तिथल्या माहिती केंद्रावर गेले. पाहते तर काय.....

मला कित्येक वर्षाआधी एक स्टेशन कळले होते, जिथे मला जायचे होते ते म्हणजे 'किशि स्टेशन' जिथे 'तामा' नावाची मांजर ही काही वर्षे 'स्टेशन मास्टर' होती. ते स्टेशन याच भागात होते, हे मला कळले. मला खूप आनंद झाला. साकाइला निंतोकुचे 'कोफुन' अनपेक्षितपणे समजले तसेच काहीसे होते हे. काहीही न ठरवता येऊनही, बरीच वर्षे मनात असलेली जागा आता बघायला मिळणार होती. हा माझ्या तीव्र इच्छेचा परिणाम होता की माझे चांगले नशीब होते या विचारांच्या फंदात न पडता मी तिथल्या स्टेशनमास्टरला किशि स्टेशन'ला कसे जायचे ते विचारले. त्याने सांगितलेल्या ट्रेनचे मी तिकीट काढले. तो एक दिवसाचा पास होता. त्या ट्रॅकवर एकूण २० स्टेशन्स होती. सगळ्यात शेवटचे होते 'किशि स्टेशन'. तुम्ही ८०० येनचा पास काढलात की कितीही वेळा चढू-उतरू शकत होता. मी त्या ट्रेनकडे पाहत होते. 'वान मान' म्हणजे एका बोगीची ती ट्रेन सुरेख चित्रांनी रंगवली होती. ती चित्रे केवळ मुलांनाच नाही तर मोठ्यांना ही आकर्षित करतील अशी होती.

आम्ही प्रवासी आत शिरलो. समोर अतिशय सुरेख अशा बसायच्या सीट्स होत्या. सुरेख पडदे होते. एके ठिकाणी मोठा आरसा होता (ही मात्र कमाल होती). म्हणजेच त्या आरशात तुमच्या पाठची दृष्येही दिसत होती (हे मला ट्रेन चालू झाल्यानंतर लक्षात आले). सुरेख छोट्या ट्रॅकवरून वळणे घेत घेत ट्रेन जात होती. मधेच कधी शेतातून जात होती तर मधेच छोट्या गावांमधून. ती थांबायची ती स्टेशन्सही अगदी लहान आणि अजिबात गर्दी नसलेली. त्यांच्या आजूबाजूला असंख्य साकुराची झाडे होती.

एका स्टेशनवर ट्रेन थांबली आणि समोरच्या दिशेने आलेली ट्रेन मी पाहतच राहिले. त्यावर स्टेशन मास्तर म्हणून प्रसिद्ध असलेल्या 'तामा' या मांजराची चित्रे होती. फारच आकर्षक ट्रेन होती ती! रंग पांढरा होता. पुढच्या बाजूस मांजराला असतात तशा मिशा रंगवलेल्या होत्या. मुलांना ती ट्रेन पाहून खूप आनंद होत होता.

माझी ट्रेन सगळी स्टेशन्स घेत किशि स्टेशनला पोहोचली. मी तिकीट गेटमधून बाहेर पडले आणि स्टेशनसमोरील मोकळ्या मैदानात आले.

१२. तामा मांजर आणि कॅफे

स्टेशन अगदी छोटे, दोनच रूळ असलेले आणि एकच प्लॅटफॉर्म असलेले होते. म्हणजे ठराविक वेळाने आलेली ट्रेनच परत जायची. मी स्टेशनबाहेरील मोकळ्या मैदानात आले आणि स्टेशनची इमारत पाहिली, जी मी नेटवर बघितली होती. त्या इमारतीला मांजराच्या डोक्याचा आकार दिला होता. म्हणजे जे छप्पर होते त्याला मांजरासारखे दोन कान होते, नाक होते. लांबून वाटेल की मांजरच बसले आहे. काय ही कल्पकता! आणि कशासाठी तर ते स्टेशन 'तामा' या नावाच्या मांजरीचे प्रतीक म्हणून प्रसिद्ध आहे.

तामा मांजरीला का बरं एवढा मान आहे?

तामा ही मांजर (जन्म २९ एप्रिल १९९९ - मृत्यू २२ जून २०१५) ही रस्त्यावरील मांजर समूहातील एक होती. किशि स्टेशनचे स्टेशन मास्तर श्री. कोयामा तिला खाणे खाऊ घालायचे. २००४मध्ये आर्थिक अडचणींमुळे किशि स्टेशन बंद करायचे असे जाहीर झाले तेव्हा 'तामा आणि इतर मांजरांसाठी बंद करू नये' असे आवाहन तेथील नागरिकांनी केले आणि ते चालू राहिले. २००८ मध्ये मी वर उल्लेखिलेल्या या मार्गावरील २० स्टेशन्सच्या कर्मचाऱ्यांना

कामावरून कमी करण्यात आले. कारण आर्थिकच होते. परंतु श्री. कोयामा यांनी त्यावेळचे रेल्वे प्रमुख अधिकारी श्री. कोजिमा यांना विनंती केली की किशि स्टेशनवर असे काही करू नका. आणि त्यांनी 'तामा' ही कोजिमांच्या नजरेस आणली. मांजर चांगले नशीब घेऊन येते या जपानी माणसांच्या समजुतीनुसार श्री. कोजिमा यांना 'तामा' ही चांगले नशीब घेऊन येईल असे वाटले आणि त्यांनी निर्णय बदलला. तेव्हापासून तामाला 'स्टेशन मास्तर'चा किताब देण्यात आला. तिला वेतन म्हणून वर्षभराचे मांजराचे खाद्य देण्यात आले. ऋतुनुसार कपडे आणि टोप्या देण्यात आल्या.

स्टेशन मास्तरचे काम प्रवाशांना अभिवादन करणे असते. ते 'ती' करत असे. तिला बघायला प्रवासी येऊ लागले. पर्यटन वाढले. तिला स्टेशन मास्तरचा गणवेश आणि कॅप देण्यात आली. तिच्यासाठी 'तिचे' नाव असलेला सोन्याचा बिल्ला बनवला गेला. तो एका प्रवाशाने चोरल्या नंतर पुन्हा बनवण्यात आला. तामाने भरभराट तर आणलीच शिवाय तिचे काम सातत्याने १० वर्षे केले. तिच्यामुळे पर्यटनात पहिल्या वर्षीच १७% वाढ झाली होती. नंतर दरवर्षी वाढ होत गेली. तिच्यामुळे 'नेकोनॉमिक्स' (नेको म्हणजे मांजर आणि इकॉनॉमिक्स मिळून हा शब्द तयार केला आहे) हा नवीन शब्द अस्तित्वात आला.

२००९च्या सुरवातीला वाकायामा इलेक्ट्रिक ट्रेन कंपनीने 'तामा ट्रेन' (मी वर उल्लेख केलेली तामाची सुरेख चित्रे असलेली पांढरी ट्रेन) सुरू केली. पर्यटन दरवर्षी वाढत जात होते. तसेच तामाची प्रसिद्धी आणि पदोन्नती होत होती. काही वर्षांनी मात्र तिचे कामाचे दिवस कमी करण्यात आले. आठवड्यातून फक्त दोन दिवसच ती काम करायची. तिचा मृत्यू (२०१५) झाल्यानंतर तिच्यावर शिन्तो धर्मानुसार अंतिम संस्कार करून तिचे तिथे देऊळ बांधले गेले. तिच्यानंतर तिची मुलगी 'नी तामा' (जपानी भाषेत 'नी' म्हणजे दूसरा क्रमांक) हिने काही वर्षे काम केले. तिचा मुलगा 'सान तामा' ('सान' म्हणजे जपानी भाषेत तिसरा क्रमांक) याला ओकायामा येथे प्रशिक्षण देण्यासाठी

पाठवले गेले. परंतु तेथील स्टेशन मास्तरांनी त्याला परत पाठवायला नकार दिला. त्यामुळे आता 'योन तामा' ('योन' म्हणजे जपानी भाषेत चौथा क्रमांक) तिथे आहे. मी त्याचे फोटो काढले.

मला ह्या जपानी लोकांचे एक आश्चर्य वाटते की ते स्वतःच्या देशातील गोष्टींना किती जपतात! मग तो निसर्ग असो की 'किशि'सारखे निर्जीव स्टेशन असो. 'ज्यासाठी प्रयत्नशील राहायचे आणि त्यात यशही मिळवायचे' ही एक मोठी गोष्ट आपण त्यांच्याकडून शिकायला हवी. 'किशि स्टेशन बंद होऊ नये' तसेच 'इतर स्टेशन्स ही चालू रहावीत' यामध्ये 'मांजराबद्दलची अनुकंपा' याचा मोठा सहभाग आहे. नागरिकांसाठी सोईस्कर रस्ते तयार केले गेले होते, तरीही 'स्टेशन कर्मचारी' आणि 'मांजरे' यांचा विचार नागरिकांनी केला आणि सरकारला आवाहन केले.

किशि स्टेशनवर तामाच्या सगळ्या वस्तू मिळतात.. म्हणजे तिचे चित्र असलेले सोव्हिनीअर्स जसे की बॅग्स, की चेन, रूमाल, कॅप, बिल्ला, तामाच्या छोट्या मूर्ती इत्यादींना जपानीच नाही तर परदेशी लोकांकडूनही मागणी असते. तिथे 'तामा कॅफे' आहे. जिथे मांजराचे डोळे, कान असतील अशा आकाराचे आईसक्रीम, कॉफी असे पदार्थ मिळतात. मी लगेच एक आईसक्रीम घेतले. मी कॅफेमध्ये बसले असताना निरीक्षण करत होते.... तर तिथे असलेल्या खुर्च्यांचे पाठीकडचे आकार मांजराचे होते. कल्पकता किती असावी? मुलांनाच नाही तर मोठ्या माणसांनाही आकर्षित करणारे हे किशि स्टेशन मला कधीपासून पाहायचे होते. मी बाहेर पडून तामाच्या देवळात जाऊन तिला श्रध्दांजली वाहिली. परत येईन असे सांगून मी तिथून निघाले.

रस्त्यावरील मांजरांसाठी अनुकंपा असलेला जपानी माणसाचा वेगळाच गुण मला आज समजला होता.

१३. क्योतो-कावारामाची आणि साकुरा

आता हळूहळू साकुराच्या कळ्या उमलू लागल्या होत्या. झाडांवर साकुरा फुलू लागला होता. आज मी क्योतोला 'कावारामाची' या शहरात जायचे ठरवले. कावारामाची प्रसिध्द आहे ते तिथल्या अनेक गोष्टींमुळे. १९६३ मध्ये बांधलेले हे 'कावारामाची' या नावाने ओळखले जाणारे हे स्टेशन शिजो रस्ता, गिओन भाग, यासाका जिंजा, साकुरा रस्ता आणि अजून बरेच काही पर्यटकांना आकर्षित करेल यासाठी ओळखले जाते. २०१९ मध्ये त्याला क्योतो कावारामाची' असे नाव दिले गेले.

शिजो रस्ता हा शहराच्या मध्यभागातून जातो. जपानची अजून एक खासियत म्हणजे स्वच्छ पाण्याचे नाले. ते अगदी टोकियोसारख्या मोठ्या शहरात तर असतातच, पण छोट्या गावागावातही असतात. असाच एक स्वच्छ नाला शिजो रस्त्याच्या काटकोनात वाहतो.

मी हांक्यू ट्रेनने उतरल्यानंतर पाण्याचा खळखळाट ऐकू आला आणि बघते तर नाला जवळच होता. त्याच्या दोन्ही बाजूस साकुराची असंख्य झाडे होते. सगळी अगदी साकुरा फुलांनी बहरलेली होती. मी ठरवले की प्रथम हा भाग पूर्ण फिरून बघावे. तिथे अनेक सुरेख कंदील टांगले होते. ज्यावर 'साकुरा महोत्सव' असे लिहिले होते. सगळीकडेच साकुराची गुलाबी फुले फुलली होती. मंद वाऱ्यावर फुले त्यांच्या पाकळ्या पसरवत होती. काही वेळ हातावर मी त्या पाकळ्या गोळा केल्या. इतके नाजूक फुल आणि त्या पाकळ्या 'आता शिशिर ऋतू संपला आणि आनंद देणारा वसंत ऋतू आला' असेच जणू मूकपणे सांगत होत्या. जपानी माणसांना साकुराचे इतके अप्रूप आणि महत्त्व का असते हे शिशिर ऋतू संपून वसंत ऋतू सुरू झाला की समजते. हाडे गोठविणारी तीव्र थंडी, त्या काळात होणारी पानगळ, वातावरणातील उदासीनता हे सगळे मार्चच्या शेवटच्या आठवड्यापर्यंत असते. जसे वातावरण उबदार होऊ लागते तशी फुले फुलू लागतात, वातावरणात प्रसन्नता येते. नवीन शाळा सुरू होतात. कंपनीमध्ये नवीन नोकऱ्या सुरू होतात. जसा काही सण असावा असे वातावरण

तयार होते. आपल्याकडे जसा 'वसंत महोत्सव' असतो तसाच जपानमधे 'साकुरा महोत्सव' असतो. जपानी ललना नाजूक नाजूक साकुरा फुलांचे डिझाईन असलेले किमोनो घालून, हातात नाजूक छत्र्या किंवा शोभेचे पंखे घेऊन चालत असतात. हसताना तोंडावर हात ठेवून हसत असतात. सुरेख डोळे, नाजूक जिवणी, सुरेख सरळ केस असलेल्या जपानी तरुणी लावण्य आणि सुंदरता यांचा मिलाफ आहे. कधीकधी केसांची सुरेख रचना केलेली असते. मला त्या कधीही अघळपघळ वागताना, जोरजोरात हसताना, मोठ्याने बोलताना दिसल्या नाहीत. नाजूक साकुरा आणि जपानी नाजूक तरुणी यात मला फार साम्य वाटते.

मी शिजो रस्त्यावरून समोर 'यासाका जिंजा' दिसत होते त्या दिशेने चालू लागले.

१४. यासाका जिंजा

'यासाका जिंजा' हे क्योतो मधील आदरणीय धार्मिक स्थळांपैकी एक शिंतो धर्माचे देऊळ आहे. ऊर्जेने गजबजलेल्या या देवळात सौंदर्य आणि संपत्ती यासाठी प्रार्थना करायला लोकं येतात. हे देऊळ, महामारी आणि इतर आपत्तींच्या उच्चाटनासाठी हेइआन (७९४-११८५) काळात बांधले गेले. तेव्हापासून तिथे 'गिओन महोत्सव' इथे साजरा केला जातो.

हे देऊळ गिओन वास्तुकलेचा उत्तम नमुना आहे. त्याचे लाल द्वार हे फारच फोटोजेनिक आहे. मी दुरून त्याचा एक फोटो काढला. जवळ जाऊन पहिले तर उत्तम बांधकाम असलेले दगडी कंदील, त्यावरील कामोन (चिन्हे, प्रतीक).... सगळंच माझे आवडते आणि भारावणारे! त्या भव्य दारातून आत जाताच समोर दिसतो तो मुख्य मंडप. तो १६५४ मध्ये त्यावेळचा सम्राट 'चौथा शोगुन तोकुगावा इतसूना' याने बांधला.

त्यावरील कागदाचे असंख्य कंदील तर तुम्ही पाहात राहाल असे!

मला नेहमी आश्चर्य वाटते ते हे की हे कागदाचे कंदील खराब कसे होत नाहीत? धूळ, पाऊस, वारा यांचा परिणाम कसा होत नाही? कधीही कुठलाही कंदील खराब झालेला, फाटलेला मी पाहिला नाही. हे खरोखर आश्चर्य आहे. ते कंदील वेळोवेळी बदलले जात असावेत. याबद्दल कधीतरी सेनसेईंना विचारावे असे माझ्या मनात आले. कागदाच्या कंदीलांच्या एका खाली एक अशा ३ ओळी होत्या. रात्रीच्या वेळेस ते पेटवले की सुरेख नजारा दिसतो.

या देवळाच्या परिसरात असंख्य छोटी देवळे होती. प्रत्येक देवळासमोर जमिनीत उभे केलेले दगडाचे किंवा लाकडाचे दिवे होते. लाकडाचे दिवे केशरी आणि हिरव्या रंगाने रंगवले होते. मी इतर देवळात पाहिलेले आणि इथे पाहिलेले दिवे यात एक फरक मला जाणवला. आत्तापर्यंत पाहिलेल्या देवळांत रांगेत उभे केलेले एकतर दगडाचे दिवे असतात किंवा लाकडाचे असतात (किबुने इथे पाहिले होते). परंतु इथे एक दगडाचा आणि एक लाकडाचा अशी मांडणी होती. ही कल्पकता काही वेगळीच होती.

तिथून पुढे गेल्यावर बागेकडे जाणारा रस्ता होता.

या बागेचे नाव 'मारूयामा' आहे. ही सर्वांसाठी खुली असलेली बाग मुख्यतः प्रसिद्ध आहे ती तिथल्या साकुराच्या झाडांसाठी! ह्या बागेला 'साकुराचा विशाल सागर' असेही संबोधले जाते. तिथे अगणित साकुराची झाडे आहेत. त्यात प्रामुख्याने पांढरी फुले, फिकट गुलाबी फुले, गडद गुलाबी फुले असे प्रकार आहेत. (साकुराचे रंगानुसार मुख्यतः ५ प्रकार आहेत आणि २०० जाती आहेत). शिवाय 'शिदारे साकुरा (विपिंग साकुरा)' इथे खूप दिसतो. ह्या साकुराच्या फांद्या खाली जमिनीकडे झुकलेल्या असतात त्यामुळे त्याला 'रडणारा साकुरा' असे नाव आहे. दिसायला हे झाड फारच सुरेख दिसते ते त्याच्या आकारामुळे. पण त्याला 'रडणारा साकुरा' का म्हणत असावेत? मला तर तो 'लाजाळू साकुरा' वाटतो. ही बाग 'हानामी' (साकुरा बघायचा सण) साठी प्रसिद्ध आहे.

बागेत अनेक युगुले आली होती. काही तरुण आपल्या मैत्रिणींचे फोटो काढत होते. किमोनो घातलेल्या युवती होत्या. साकुरा सारख्याच नाजुक. किमोनोमुळे मोठ मोठी पावले टाकणं अशक्य असते. अगदी जवळ जवळ पावले टाकत चालावे लागते. असे चालणे हाही त्यांच्या संस्कृतीचा एक भाग आहे. परदेशातून आलेल्या स्त्रिया (अमेरिकन, ब्रिटिश, आशियाई देश) आणि जपानी स्त्रिया यांच्यात फार मोठा फरक आहे. मान तुकवून धन्यवाद देताना किंवा कायम हास्य चेहेऱ्यावर ठेवून काम करताना त्यांच्या हालचालीत एक नजाकत असते. माझ्या जपानमधल्या वास्तव्यात मी अशा अनेक जपानी स्त्रिया दुकानातील कामाच्या ठिकाणी पहिल्या आहेत ज्या दुकानातील वस्तू दाखवताना, तुम्हाला वस्तू पॅक करून देताना, येन स्वीकारताना, येन परत देताना किंवा सुपर मार्केटमधे बिल करत असताना 'कार्ड आहे का?', 'बॅग हवी का?' इत्यादी प्रश्न विचारताना अदबीने आणि हसतमुखपणे बोलतात. कदाचित या सगळ्याचे त्यांना ट्रेनिंग दिले जात असावे परंतु ते नैसर्गिकरीत्या त्यांच्या स्वभावातही आहे. त्याशिवाय ते अंगी उतरणार नाही. मी कधीही वैतागलेली, आरडा-ओरडा करणारी, चेहेऱ्यावर कसलेच भाव नसलेली जपानी महिला कर्मचारी पाहिली नाही. महिलांच्या वागण्याचा मला आलेला वाईट अनुभव मलेशिया स्टाफ, बँकॉक येथील कर्मचारी महिला, आणि आपल्याकडील काही महिला कर्मचाऱ्यांचा आहे. त्यामुळे मला हे अधिक जाणवते.

बागेतून बाहेर पडून मी सरळ दिशेने 'गिओन' भागाकडे निघाले. 'कावारामाची'ला आल्यानंतर गिओन पाहायचे मी ठरवलेच होते.

१५. गिओन

मी गिओनबद्दल आधी खूप काही वाचले आहे. गिओनच्या 'हाना मिकोजि' नावाच्या रस्त्यावर जायचे ठरवले.

गिओनचा इतिहास १४व्या शतकाच्या अखेरीस सुरू होतो. यासाका देवळाला भेट देणाऱ्या पर्यटकांसाठी आणि भक्तांसाठी हा भाग तयार करण्यात आला. सुरुवातीच्या काळात हा भाग तेथील 'माचिया' (लाकडाची विश्रांतीची घरे), टी हाऊसेस, रेस्टॉरंट्स अशा विश्रांतीच्या जागांसाठी प्रसिद्ध होता. पुढे एदो काळात (१६०३-१८६८) हा 'मनोरंजनाचा तालुका' म्हणून उदयाला आला. तसेच 'गेइशा संस्कृती' म्हणून ओळखला जाऊ लागला. 'गेइशा' म्हणजे कला सादर करणारी स्त्री.

पर्यटकांना आकर्षित करण्यासाठी अतिशय उच्च प्रतीचे कौशल्य असलेल्या स्त्रियांना नृत्य, संगीत आणि 'टी सेरेमनी'चे प्रशिक्षण दिले जात असे.

जपानने सर्व क्षेत्रात प्रगती करूनही गिओन भाग अजूनही तसाच जतन केला आहे.

मी हा इतिहास आठवत 'हाना मिकोजि' रस्त्यावरून चालत होते. सुंदर सुंदर लाकडी घरे, त्यासमोर असलेला अरुंद पण अतिशय स्वच्छ रस्ता, घराबाहेर टांगलेले कागदाचे कंदील, घराच्या बाहेर ठेवलेले दिवे, घराच्या आत शिरताना असलेले नोरेन (दाराच्या अर्ध्या लांबीचे कापडाचे पडदे ज्यावर सुरेख चित्रे रंगवलेली असतात), घरावर असलेले (नजर लागू नये यासाठी बसवलेले) राक्षसांचे मुखवटे किंवा तांदुळाच्या गवतापासून बनवलेले संरक्षक तोरण, दाराच्या बाजूला असलेली छोटी फुलझाडे किंवा छोटी साकुराची झाडे, वरच्या मजल्यावर सोडलेल्या चटया (हातमागावर विणलेल्या अतिशय नाजूक चटया असतात), जाळीदार लाकडाची फ्रेम असलेले सरकते दरवाजे, काय काय आणि किती वर्णन करावे त्या भागाचे?

मुख्य रस्त्याला अनेक छोट्या गल्ल्या होत्या. परंतु सगळी घरे बंद होती. तिथे आता कोणी राहत नव्हते. तसेच आतल्या गल्ल्यांमध्ये जायला प्रवेश नव्हता. हे सगळे अशामुळे होते की परदेशी पर्यटकांचा 'गेइशां'ना त्रास होऊ

लागला होता. अपप्रकार होऊ लागले होते. त्यामुळे सर्व घरे आता फक्त प्रदर्शनासाठी ठेवली आहेत. माझ्या मनात विचार येत होते की त्या गेइशा (ज्या दुसऱ्या महायुद्धानंतर फार काही उरल्या नाहीत) आता कुठे राहत असतील?, काय करत असतील? माझ्या मनात त्यांच्या विषयी कणव दाटून आली. त्यांच्याबद्दल काहीही विचारलेले जपानी लोकांना आवडत नाही. त्यामुळे माझे प्रश्न अनुत्तरीतच राहणार होते.

मला त्या पूर्ण विभागाने फार आनंद दिला होता. थोडे पुढे गेले तर एक नाट्यगृह दिसले. तिथे पाटी लावली होती गेंजी मोनो-गातारी ओदोरींचा १५० वा प्रयोग होता. तिथे काही वस्तू विकायला ठेवल्या होत्या. त्यात जपानी पंखे, रुमाल, कंगवे, आरसे अशा सुरेख वस्तू होत्या.

मी तिथून निघून पुढे असलेले केननिंजी हे देऊळ पाहायला निघाले.

१६. केननिंजी

गिओन भागातून पुढे गेले की 'केननिंजी' हे देऊळ लागते. अतिशय प्रशस्त जागेवर बांधलेले प्रचंड मोठे देऊळ आहे हे!

इ.स. १२०२ मध्ये बांधलेले हे बुद्ध धर्माचे झेन प्रकारात मोडणारे हे देऊळ क्योतोमधल्या पहिल्या ५ झेन देवळांमधील तिसऱ्या क्रमांकावर आहे. मुख्य हॉल आतापर्यंत मी पाहिलेल्या देवळांमध्ये मला सगळ्यात मोठा आहे असे जाणवले. त्याच्या भोवताली जवळ जवळ २४ छोटी मंदिरे आहेत. मुख्य हॉल प्रसिद्ध आहे तो मुख्यतः त्याच्या भिंतींवर असलेल्या म्युरल्स मुळे! छताचा भाग उंच असून त्यावरील म्युरल्स तर अप्रतिम आहेत.

बाहेर सर्वत्र साकुरा फुलला होता. पाईनचे वृक्ष त्याच्या सौंदर्यात भर घालत होते. पक्ष्यांचा किलबिलाट होता आणि होती शांतता! फार कमी लोकं दिसत

होती. इथवर आतपर्यंत फार कुणी परदेशी प्रवासी येत नसावेत. जी काही दिसत होती ती जपानी माणसे होती.

देवळाच्या बाहेरचे रस्ते अतिशय सुंदर आणि स्वच्छ होते. प्रशस्त होते. प्रत्येक छोट्या का होईना देवळासमोर प्रशस्त रस्ता होता. रस्त्याच्या दोन्ही बाजूला दाट झाडी होती. अनेक प्रकारचे वृक्ष होते. मध्ये मध्ये दगडी दिवे होते. मी काही देवळांचे बाहेरून दर्शन घेतले. परिसर बराच मोठा होता. सगळी देवळे पाहणे, वेळ आणि माझी चालण्याची तयारी यामुळे काही शक्य नव्हते. परंतु इथे परत यायचे असे मी ठरवले.

क्योतोमध्ये अशी अनेक सुरेख देवळे आहेत ज्याबद्दल परदेशी पर्यटकांना फार माहित नाही. काही ठराविक देवळे सोडल्यास बाकी ठिकाणी गर्दी नसते. क्दाचित तिथे गर्दी होऊ नये असे ही क्योतोच्या लोकांना वाटत असावे असा एक विचार माझ्या मनात आला. देशाला कितीही महसूल मिळवून देणारे पर्यटन असले तरीही शेवटी मोठ्या संख्येत येणारे पर्यटक हे त्रासदायकच असतात. शिवाय क्योतो हे कितीही म्हटले तरी 'पुराणमतवादी लोकांचे' असे ओळखले जाते. देशापुढे, स्वतःच्या गावापुढे, ते 'जसे सुंदर आहे तसे ठेवणे' या मानसिकतेपुढे जपानी माणसाला दुसऱ्या कशाचेही महत्त्व नाही. जपानी माणसाने देशातील प्रत्येक गोष्ट जपली आहे. ती सुंदर ठेवली आहे. बाहेरून येणाऱ्या लोकांनी ती खराब केलेली त्याला अजिबात चालणार नाही. याचे भान परदेशी पर्यटकांनीसुद्धा ठेवले पाहिजे.

मी तिथून बाहेर निघाले आता मला ओसाकाला जायचे होते. गिओन रस्त्यावरून येताना परत एकदा सगळी सुंदर घरे डोळे भरून पाहून घेतली. मनात त्यांची आठवण साठवत मी स्टेशनच्या दिशेने पावले उचलली.

१७. मेदेताइ ट्रेन आणि कादा स्टेशन

वाकायामाच्या प्रेमात तर मी पडलेच होते. त्यात किशिस्टेशनला जाताना मला 'मेदेताइ ट्रेन्स' दिसल्या होत्या. माझी उत्सुकता वाढली. मेदेताइ ट्रेनबद्दल मी अधिक माहिती मिळवली आणि वाकायामाला परत जायचे ठरवले.

'मेदेताइ ट्रेन्स' मधल्या 'मेदे'चा अर्थ 'आनंदी' आणि 'ताइ' हे एका माशाचे नाव आहे. मराठी भाषेत त्याला 'पालु' असे म्हणतात. वाकायामामधील 'कादा' हे गाव अफाट सुरेख समुद्र आणि मासेमारीसाठी प्रसिद्ध आहे. त्या गावापर्यंत या ट्रेन्स धावतात.

कल्पकता आणि लहानथोरांना आकर्षित करणारी सुंदरता यात जपानचा हात धरणारे कोणी नाही. 'वाकायामाशि' (वाकायामा सिटी) स्टेशनपासून 'कादा' स्टेशनपर्यंत हिरव्यागार डोंगरद्न्यातून आणि निळ्याशार समुद्राच्या बाजूने धावणाऱ्या या ट्रेन्सना 'कादा-साकाना लाईन' असे ओळखले जाते.

ट्रेन्सचे ३ रंग आहेत. तसेच त्यांना नावे आहेत. गुलाबी ट्रेनचे नाव आहे 'साची' ही आई असून 'काइ' हे निळ्या रंगाचे बाबा आहेत तर लाल रंगाचा त्यांचा मुलगा 'नाना' आहे. ही सगळी ट्रेन्सची नावे आहेत. त्या दिवशी शनिवार होता आणि फक्त 'नाना'चा वार होता.

वाकायामाशि स्टेशनपासून कादा स्टेशनपर्यंत तिकीट नव्हते. हा मला आनंदाचा धक्का होता. 'कादा'पर्यंत ७ स्टेशन्स आहेत. ट्रेन जाताना एका बाजूला हिरवेगार डोंगर आणि एका बाजूला निळाशार समुद्र!

मी प्लॅटफॉर्मवर उभी होते आणि समोरून येणारी 'मेदेताइ ट्रेन' दिसली. लाल रंगाची साडी नेसून आलेली युवती. ट्रेनचे नाव काहीही असो 'काइ' असो की 'नाना' तरीही मला ट्रेन ह्या 'सुंदरी' वाटतात. नागमोडी वळणे घेत जाणाऱ्या, सातत्याने माणसांना नेणे-आणणे हे काम करणाऱ्या, काटेकोरपणे वेळ पाळणाऱ्या (जपानमध्ये).....

मी आत चढले आणि बघते तर काय सगळीकडे ताइ मासा (इंग्रजीत ब्रीम, मराठीत पालु) वेगवेगळ्या स्वरूपात होता. आता तुम्ही विचाराल नक्की कसा?

ट्रेनच्या बाहेर तर त्याची चित्रे होतीच. आतमध्ये बसायच्या सीटचे कव्हर असंख्य ताइ माशांच्या चित्राने रंगवले होते. ट्रेनच्या आतमधील भिंतींवर ही मासे होते. लाकडात कोरलेले सुंदर मासे भिंतीवर लावले होते. पकडायची हॅण्डल माशाच्या आकाराची आणि लाकडी होती. पातळ पांढऱ्या कापडाचे तलम पड्डे होते त्यावर समुद्राच्या लाटांचे चित्र होते. वाऱ्याने ते पड्डे हलत असताना समुद्राच्या लाटा आहेत असा भास होत होता. मासे पकडायच्या जाळ्या असतात तशा जाळ्या वर आणि समान ठेवण्यासाठी केल्या होत्या. मी एक-एक गोष्टी निरखत होते. दरवाजा उघडला की आत येणारी सूर्यकिरणे पायाखालील भाग उजळत होती त्या भागात मासे पोहत असावेत असे चित्र रेखाटले होते. जणू काही तुम्ही समुद्रात आहात असे वाटावे. बाहेरील दृश्य पाहावे की आतील कल्पकता?

थोड्या वेळाने कादा स्टेशन आले आणि मी अजून एका अनोळखी, कधीही न गेलेल्या प्रदेशात प्रवेश केला.

१८. कादा गाव

ट्रेन कादा स्टेशनमध्ये शिरत होती. मला त्या छोट्या गावी जाऊन पाहायचे होते. किबुनेला हिरोयुकी सेनसेइंबरोबर मागच्या वर्षी गेले होते तेव्हापासून माझ्या मनात एका छोट्या गावात फेरफटका मारायचे होते. आता ती संधी मिळाली होती. एकच प्लॅटफॉर्म असलेले छोटेसे स्टेशन होते. स्टेशनमास्तर कुठे दिसत नव्हते. मी तिकिट गेट मधून बाहेर पडले. आत शिरताना 'कादामध्ये तुमचे स्वागत असो' अशी पाटी दिसली ज्यावर 'ताइ' मासे होते. बाहेर पडले तर एक रस्ता सरळ उताराकडे जात होता. जिथे समुद्र आहे असे दर्शवले होते. बाजूलाच एक टॅक्सी स्टँड होता. एक टॅक्सी उभी होती. मी चालायला सुरवात केली.

छोटे सुबक गाव होते. छोटी छोटी घरे होती. बंदर ४ किमी अंतरावर आहे असे लिहिलेली पाटी दिसली. मी चालायचे ठरवले. ४ किमी काही जास्ती नव्हते माझ्यासाठी. मुख्य रस्त्यावरून एखादी मोटार जात होती. बाकी रस्त्यावर एकही चिटपाखरू नव्हते. मधूनच काही पाट्या दिसत होत्या. एखादे माशांचे खाद्य विक्री केंद्र, मासेमारीचे साहित्य विक्री केंद्र दिसत होते. पण तिथे माणसे नव्हती. घरे अधून मधून दिसत होती. जी बहुतेक कोळ्यांची असावीत. बाहेर जाळी वाळत घातलेली होती. बांबूच्या टोपल्या उपड्या घातल्या होत्या. कौलारू किंवा शाकारलेली घरे होती. रस्ता अरुंद होता. वळणावर एक छोटे देऊळ दिसले. मी आत डोकावून पाहिले तर तिथेही कोणी नव्हते. दारावर माशाचे चित्र असलेले पडदे होते. समुद्राचा निळा आणि फेसळ्या लाटांचा पांढरा रंग त्यावर मासे काढले होते. ते देऊळ माशाचे होते.

मी पुढे चालू लागले. एका बाजूला समुद्र दिसू लागला आणि उजव्या बाजूला हिरवे डोंगर दिसू लागले. परत एक मोठे वळण आले. साधारण ३ किमी चालले असेन. इतक्यात मला पाठीमागून मोटार साईकलचे आवाज आले.. काही मोटार साईकल स्वार बंदराकडे जात होते. पूर्ण रस्त्यावर मी एकटीच होते. मनात वाटत होते की उगीच जात आहे का पुढे पुढे?मागे जावे का? पण नंतर विचार केला आता अजून एक किमी जाऊन पाहावे. समुद्राचा खारा वारा अंगावर येत होता. दुपारच्या ऊन्हात त्यामुळे थंडावा मिळत होता.

निळाशार समुद्र आणि पांढरी शुभ्र वाळू दिसू लागली. आता मात्र घरे दिसत नव्हती. फक्त रस्ता आणि समुद्र. मी अजून १५-२० मिनिटे चालून मग वाळूमध्ये थोडावेळ चालायचे ठरवले. किनारा अगदी स्वच्छ होता. दूरवर मासेमारीच्या लॉन्चेस् दिसत होत्या. परंतु तिथे बसायला काही नव्हते. बहुदा पर्यटक तिथे येत नसावेत. गर्दी सोडूनच द्या, तुरळक माणसेसुद्धा नव्हती. मी परत फिरायचे ठरवले. आले त्याच्या विरुद्ध बाजूला मुख्य गाव असावे. पण आता चालून थोडे दमायला झाले असल्यामुळे पुन्हा काही त्या गावात जावे असे वाटत नव्हते.

आपली गावाची संकल्पना पूर्ण वेगळी आहे. गावात बाजार भरलेला असतो. माणसे इकडे तिकडे जात असतात. एकमेकांशी बोलत असतात. बस स्टँड असो की पार असो तिथे गप्पा मारत बसलेली असतात. जपानची गावे म्हणजे माणसांचा वावरच नाही. लोकसंख्या कमी हे कारण मुख्यतः आहेच शिवाय अत्याधुनिक सोयी सुविधा असलेली गावे आहेत त्यामुळे माणसांची एकमेकांना तशी गरज लागत नाही. गाव बघायची माझी हौस काही फारशी पूर्ण झाली नाही.

मी स्टेशनला येऊन साकाइला जाणारी ट्रेन पकडली.

कादा स्टेशन तसे वाकायामा मुख्य शहरापासून फार दूर नाही. मासेमारी हाच प्रमुख व्यवसाय असणारे ते गाव आहे. पर्यटक ही फारसे जात नाहीत तरीही 'भेदेताइ ट्रेन्स' का बरं चालू केल्या असाव्यात? परदेशी पर्यटकांना फारसे माहीत नसलेले हे गाव मला मात्र आवडले. पुढच्या ट्रीपमध्ये नक्की परत येऊन नीट पाहायचे असे मी ठरवले.

१९. अद्वितीय आणि अद्भुत चिशाकुइन

एका शनिवारी हिरोयुकी सेनसेइंनी आणि मी ठरवले की रविवारी साकुरा बघायला क्योतोला जायचे. मला क्योतोची ठराविक ठिकाणे सोडली तर साकुरा कुठे फुलला आहे हे माहीत नव्हते. हिरोयुकी सेनसेइंच्या मते जिथे फार लोक (विशेषतः परदेशी पर्यटक) जात नाहीत अशी ठिकाणे पहावीत हे होते. मला हे जाणवले की जपानी माणसाच्या मनात परदेशी पर्यटकांबद्दल फार काही चांगले मत नाही. परंतु मीसुद्धा एक परदेशी पर्यटकच तर आहे. मग मी तो विचार मनातून काढला. त्यांना विचारले, "कुठे जाणार आहोत?" त्यांनी नेहमीप्रमाणेच मला काही सांगितले नाही. उद्या ठरवू असे म्हणाले. रविवारी सकाळी लवकर निघावे असे ठरले.

हिरोयुकी सेनसेइंसोबत मी आतापर्यंत अनेक वेळा प्रवास केला आहे. मला प्रामुख्याने जाणवलेली गोष्ट म्हणजे जिथे जायचे असते तिथे जाण्यासाठी ते ठिकाण कितीही दूर असले तरी कमीत कमी वेळ लागेल अशी ट्रेन पकडायची हे त्यांचे ठरलेले आहे. मला माहीत असलेल्या ट्रेन्स बरेचदा वेळ घेणाऱ्या असतात. साहजिक आहे मी कितीही वेळा प्रवास केला असला तरी जपानी माणसाला त्यांच्या ट्रेन्सबद्दल जितके माहीत असते तितके आपल्याला माहीत असणे शक्य नाही. म्हणून मी त्यांच्याबरोबर असताना 'हीच ट्रेन का?', असे प्रश्न विचारत नाही. पण मनात नोंद करून ठेवते जी मला पुढच्या वेळेस उपयोगी पडते. बरेचदा तिकीट महाग असते पण मी माझ्या कार्डमध्ये पुरेसे येन भरून ठेवलेले असतात. दर वेळेस तिकीट काढायचा वेळ वाचतो. प्रवास सुरू करण्याआधी त्यांना विचारते की कार्डमध्ये इतके येन आहेत ते पुरतील ना?,नाही तर स्टेशन वर कार्ड रिचार्ज करते.

आम्ही क्योतोला जाणाऱ्या ट्रेनमध्ये चढलो. ट्रेनमध्ये गर्दी होतीच.

'शिचिजो स्टेशन' आल्यावर सेनसेइंनी मला उतरायचे असे सांगितले. स्टेशन आल्यावर आम्ही उतरलो.

सेनसेइंनच्या मागून मी चालत (नेहमीप्रमाणे जवळ जवळ धावत) होते. न राहवून मी विचारले, "आपण कुठे जात आहोत?"सेनसेइ म्हणाले, "चिशाकुइन."

मला कळले की बुद्ध धर्माचे देऊळ आहे. जेव्हा नावापुढे 'इन' असते तेव्हा ते बुद्ध धर्माचे देऊळ असते. साधारण १० मिनिटे चालल्यानंतर आम्ही रस्ता ओलांडला आणि काही दगडी पायऱ्या चढून वर गेलो.

मी पाहते तर काय.... अप्रतिम नजारा होता तो!

विस्तीर्ण परिसरात सगळीकडे साकुरा फुललेला होता. पाईन वृक्ष तर होतेच शिवाय चिनार वृक्षही होते. वेगवेगळी फुलेही फुललेली होती.

तिथे एक ज्यूस सेंटर होते. सेनसेइंनी विचारले, "तुला काही प्यायचे आहे का?आत वेळ लागणार आहे." मला अंदाज आला की आत नक्की मोठे देऊळ

असावे. पण मला ते पाहायची इतकी उत्सुकता होती की मी 'मला काही नको आता' असे सांगितले आणि आम्ही चालू लागलो. प्रथम एक मोठा नकाशा लागला. तो पाहून कसे जायचे ते सेनसेइंनी ठरवले. मला फक्त त्यांच्या मागून जायचे होते. आजूबाजूचा प्रसन्न, हिरवागार आणि त्यात साकुराने बहरलेला परिसर बघत आम्ही जात होतो. एकही पर्यटक नव्हता. सेनसेइंना खरेतर मला विचारायचे होते की इतक्या अप्रतिम जागा नेटवर का सहजी दिसत नाहीत? अशा देवळांची माहिती का नाही? पण मी स्वतःवर ताबा ठेवला. मला त्याचे कारण कळत होते आणि ते सेनसेइंनी सांगावे असे मला अजिबात वाटत नव्हते. जागतिक वारसा असलेली ठिकाणे बघायला परदेशी पर्यटक येणारच. परंतु 'जागतिक वारसा' अशी ओळख मिळाली नसताना त्याच तोडीच्या जागा पाहायला मिळण्याचे भाग्य मला मिळाले यासाठी मी सेनसेइ आणि देवाची कायम ऋणी आहे.

काही वेळ चालल्यावर समोर देऊळ दिसू लागले.

माझा माझ्या डोळ्यांवर विश्वास बसत नव्हता इतकं सुंदर देऊळ मी आज पर्यंत पाहिले नव्हते. त्याला लावलेले पडदे त्यावर असलेले फुलाचे कामोन (चिन्ह). देवळाच्या दोन्ही बाजूने सोडलेल्या पावसाचे पाणी वाहून नेणाऱ्या लोखंडी साखळ्या. त्याखाली पाणी साठवणारे कमळाच्या आकाराचे भले मोठे कलश. लाकडाचे अप्रतिम छत. त्यावरील सुरेख कौले. शांत वातावरण. भारल्यासारखी मी चालत होते. ऊन्हाची झळ जाणवत नव्हती. मी मुख्य देवळापाशी आले. पायऱ्या चढून वर गेले. सेनसेइ माझ्या आधीच देव्हाऱ्यात पोहोचले होते. वज्रासनात बसले होते.

मी देवळाचे निरीक्षण करत होते. सोनेरी झुंबरे अप्रतिम होती. छतावरील दिवे मोठे आणि कलात्मक रीतीने तयार केलेले होते. आणि बुद्धाच्या मूर्तीचे वर्णन तर कसे करावे? मला जपानचा बुद्ध खूप आवडतो. त्याच्याकडे बघून मनाचे समाधान होत नाही. त्याच्यावरून नजरच हटत नाही. तुमच्या मनाला

खेचून घ्यायचे सामर्थ्य त्या मूर्तीमध्ये आहे. त्याच्याकडे बघताना आजूबाजूच्या सगळ्या गोष्टींचा विसर पडतो.

आतापर्यंत पाहिलेल्या बुद्ध देवळांमध्ये मला सगळ्यात आवडलेले हे देऊळ असावे. याबद्दल अधिक माहिती सेनसेइंना विचारायची असे मी ठरवले. सेनसेइंची एकाग्रता भंग होणार नाही याची काळजी मी घेतली. काही वेळाने ते उठले मला म्हणाले आता आपण याचे गार्डन पाहू.

माझ्यासमोर नवीन काही जादूची पोतडी उघडणार होती याची मला जरासुद्धा कल्पना नव्हती. मी त्यांच्यापाठी चालू लागले.

२०. 'चिशाकुइन'चे नयनरम्य जपानी गार्डन

सोन्याच्या वर्खात लपेटलेली ती बुद्धाची मूर्ती माझ्या डोळ्यासमोरून काही जात नव्हती. मी सेनसेइंना म्हटले, "किती सुरेख आहे तो बुद्ध!" त्यावर ते म्हणाले, 'त्याला 'दाइनिचि न्योराइ' (कॉस्मिक बुद्धा) असे नाव आहे. खरंच तो ब्रह्मांडीय वाटत होता! बागेकडे जाताना एक हॉल लागला. त्याला 'म्योओदेन हॉल' असे नाव आहे. मुख्य मंदिर (कोंदो हॉल) १८८२ मध्ये आगीत भस्मसात झाले तेव्हा हा बांधण्यात आला. आता तो कोंदो हॉलच्या उजवीकडे आहे. जिथे 'फुदो म्योओ'ची मूर्ती आहे. 'चिशाकुइन' हे जपानमधील ३००० बुद्ध मंदिरांचे मुख्य मंदीर आहे. सेनसेइंकडून माहिती ऐकता ऐकता आम्ही बागेच्या प्रवेशदारात पोहोचलो. सेनसेइंनी आधीच आम्हा दोघांची बागेची तिकिटे काढली होती. एक तिकीट १२०० येन म्हणजे साधारण ७०० रुपये इतके होते.

जपानी बागेचा अतिशय उत्कृष्ट नमुना पाहायचा असेल तर चिशाकुइनच्या बागेला नक्की भेट द्या. मी इंस्टाग्राम, फेसबुकवर अशा प्रकारच्या जपानी बागांचे अनेक फोटो बघते. बघताना मनात विचार यायचा मला कधी आणि कसे अशा प्रकारच्या बागेत जाता येईल. नावे पाहिली तरी कसे जायचे हे माहीत नव्हते. अशाच मनात घर केलेल्या बागेत मी आज होते. ह्या बागेचे नाव आहे 'ओजोइन' म्हणजेच 'ग्रँड ड्रॉइंग रूम'.

चिशाकुइनचा ओजोइन (ग्रँड ड्रॉइंग रूम) हा शोहेकी-गा (भिंतीवरील आणि सरकत्या दरवाज्याच्या पॅनेलवरील चित्रे) चित्रांच्या प्रभावी मालिकेसाठी ओळखला जातो. तसेच तो हिरव्या बेटाच्या सुंदर बागेसाठी प्रसिद्ध आहे, जी (चहा बनवण्यासाठी प्रसिद्ध असलेले) गुरु 'सेननो रिक्यु' यांच्या आवडीची होती असे म्हणतात. या बागेतील तलावासमोर वनस्पतींनी झाकलेली कृत्रिम टेकडी आहे जी चीनमधील प्रसिद्ध पर्वत 'लुशान'चे प्रतिनिधित्व करते.

आम्ही ओजोइन समोरच्या उघड्या हॉलमधील तातामी (जपानी चटया) वर बसून समोरचा देखावा पाहू लागलो.

आमच्या बाजूला आधीच येऊन बसलेले एक अमेरिकन आजी-आजोबा (साधारण ७५-८०च्या आसपास वयाचे असावेत) तिथे ध्यान-धारणा करत बसले होते. सेनसेइही मेडिटेशनसाठी बसलेले मला दिसले. मी इथे आल्यानंतर डोळे मिटून बसणे अगदीच अशक्य होते. जमेल तेवढे निसर्ग सौंदर्य मी डोळ्यात आणि मनात साठवून घेत होते.

तलावामध्ये सोनेरी मासे आणि कोइ मासे पोहत होते. समोरील टेकडीवर असलेल्या झाडांना सुरेख आकार दिले होते. दगड आणि झाडे याचा सुरेख वापर या बागेसाठी केला होता. टाचणी पडली तरी तिचा आवाज येईल इतकी शांतता होती. हॉलच्या पुढील बाजूस मला एक नैसर्गिक खड्डा असलेला खडक ठेवलेला दिसला ज्यात पाणी होते. त्यावर एक लाकडी पळी ठेवलेली होती. ध्यान-धारणा करण्याआधी किंवा नंतर असेल कदाचित, डोळे पाण्याने धुवावेत यासाठी असावे का? विचारणार कुणाला.... सगळे मेडीटेशन करत होते. मी

तिथून निघून बाकी हॉल पाहायला मागे वळले तर मला तिथली भिंतीवरील 'शोहेकीग्गा' (चित्रे) दिसली. रंगीत आणि सोनेरी रंगांची अप्रतिम चित्रे होती. थोडी पुढे गेले तर तिथे जपानी ३ लिंबे एका बांबूच्या चटईवर ठेवलेली होती. बहुदा सजावटीचा भाग असावा. मी सगळ्या खोल्या फिरून आले तोवर त्या तिघांचे ध्यान संपले होते.

अमेरिकन आजी माझ्याकडे पाहून हसल्या आणि मला इंग्रजीत म्हणाल्या, 'निसर्गात जी शक्ती आहे ती मेडीटेशननेच समजू शकते.' त्यांच्या बोलण्यात किती तथ्य होते! नंतर आम्ही तिघे जपान आणि जपानी संस्कृतीबद्दल थोडा वेळ बोललो, अगदी हळू आवाजात. सेनसेइ बाजूला होते. त्यांनी काही बोलण्यात सहभाग घेतला नाही. तिथून आम्ही निघालो. खरेतर मला तिथे अजून थोडा वेळ बसायचे होते पण मी घड्याळात पाहिले तर १ वाजला होता, म्हणजे जेवायची वेळ झाली होती. आम्ही जेवायला जायचे ठरवले.

२१. हिदेयोशीची कबर आणि ...

आम्ही चिशाकुइननच्या बागेतून बाहेर आलो आणि बाजूच्या रस्त्याने चालू लागलो. सेनसेइ फोनमध्ये रेस्टॉरंट शोधत असावेत. त्यांच्यापाठी मी चालत होते. रस्ता चढाव असलेला होता. चढताना जाणवले की भूक लागली आहे. आम्ही शिरलो ते रेस्टॉरंट जरा लहान होते आणि तिथे सगळी क्योतोची मंडळी बसलेली होती. मला आता क्योतोची बोली भाषा आणि ओसाकाची बोली भाषा बऱ्यापैकी कळू लागली आहे. दोन्हीही "कानसाइ बोली" भाषाच (कानसाइ प्रदेश म्हणजे ओसाका, क्योतो, नारा, कोबे, वाकायामा ह्या जपानच्या पश्चिमेला असलेल्या शहरांनी बनलेला भाग) तरीही उच्चार किंवा शब्दांचा वापर यात फरक आहे. क्योतोचे लोकं थोडी हेल काढून बोलतात. ओसाकाची बोलीभाषा मी सेनसेइंकडूनच शिकले आहे. बोलता येत नाही मात्र समजते.

कधी कधी मी ओसाका बोलीभाषेमधले काही शब्द वापरते. जसं की "धन्यवाद"ला शुद्ध जपानी भाषेत (टोकियोची भाषा प्रमाणित मानली जाते आणि टोकियोचे लोकं तिला शुद्ध जपानी असे संबोधतात. घरोघरी मातीच्या चुली. आपल्याकडे मराठीचे पण असेच आहे ना?) "आरिगातो" म्हणतात तर ओसाकाच्या बोली भाषेत "ओ-किनी" म्हणतात. मी ओसाकामध्ये असताना धन्यवाद देताना "ओ-किनी" म्हणते.

जेवण अतिशय छान होते. भरपूर सॉलड्स, भात, चीझ घातलेला क्रोक्के, मिसो-सूप, इत्यादी. ओसाकाच्या पदार्थांना जी चव आहे ती मला इतर जपानमध्ये फारशी मिळत नाही. परंतु क्योतोमधले जेवण वेगळ्याच आणि उत्तम प्रतीचे असते. फार कमी वेळा क्योतोमध्ये जेवायची संधी मिळाली आहे. जेवल्यानंतर सेनसेइंनी मला विचारले, "थोडे फिरून येऊया का?" मी हो म्हटले तेव्हा मला माहीत नव्हते की माझी काय फजिती होणार आहे!

आम्ही निघालो. समोर प्रशस्त रस्ता होता. मगाशी चालता चालता चिशाकुइन, त्याची बाग आणि इतर अनेक प्रश्न विचारून सेनसेइंना बेजार केले असावे म्हणून मग मी जरा शांत राहून आजूबाजूचा सुरेख परिसर पाहायचे ठरवले. सेनसेइ त्यांच्या गतीने फार पुढे जाऊन थांबले होते. मी जलद पावले टाकीत त्यांच्यापर्यंत पोहोचले.

समोर एक भव्य तोरिइ (शिंतो देवळात जाण्याआधी जे दार लागते त्याला तोरिइ म्हणतात) दिसले. सेनसेइ पटापट पायऱ्या चढून वर पोहोचले होते. साधारण २०-२५ पायऱ्या होत्या. मी मनात म्हटले चला आता जेवण जिरणार. त्या तोरिइ शेजारी साकुरा फुललेली अप्रतिम झाडे होती. मला किती फोटो काढू आणि किती नको असे झाले. मी फोटो काढेस्तोवर सेनसेइ जवळ जवळ पाच-सातशे पावले पुढे गेले होते. मी परत जलद चालत तिथे पोहोचले. तर ते एका तिकीट घरापाशी होते. तिथे त्यांनी आमची दोन तिकिटे काढली. जपानमध्ये तुम्ही पर्यटन जागेवर गेलात की तुम्हाला देण्यात येणाऱ्या तिकिटावर त्या जागेचा फोटो, त्याबद्दलची थोडक्यात माहिती असते. तिकीट

रंगीत असते. अशी अनेक तिकीटे मी जमवली आहेत. तिकीट देणाऱ्या माणसाने तिकीट देण्यासाठी १ मिनिट थांबा असे सांगितले. खरेतर ते आजोबा होते आणि तिथे मशीनने रस्ता स्वच्छ करायचे काम करत होते. (रस्त्यावर साकुराच्या पाकळ्या पसरल्या होत्या त्या ते मशीनने साफ करत होते) परंतु तिकीट द्यायच्या ठिकाणी कोणी नव्हते म्हणून ते आम्हाला तिकीट द्यायला आले असावेत. जेव्हा त्यांनी थांबा सांगितले तेव्हा सेनसेइ त्यांना म्हणाले, "तुम्ही काही त्रास घेऊ नका. तसेही तिकीट पाहायला कोणी नसेल." मला तेव्हा ते असे का म्हणाले ते कळले नाही. त्या आजोबांनी मात्र तिकिटे दिली. आम्ही त्यांचे आभार मानून निघालो.

सेनसेइ म्हणाले, "आपण हिदेयोशीची कबर बघायला जात आहोत." तिथे एक छोटेसे फाटक होते आणि त्याच्यापाठी दिसत होत्या फक्त पायऱ्या. नजर पोहोचेल तिथपर्यंत फक्त पायऱ्या होत्या. मला माहीत नव्हते की या सगळ्या पायऱ्या चढून आम्हाला जायचे आहे. तसे मी सेनसेईंना विचारणार इतक्यात पाहिले तर सेनसेइ १०-१२ पायऱ्या चढून माझी वाट पहात होते.

२२. कियोमिझुदेराचे अनपेक्षित दर्शन

मी सेनसेइंबरोबर पायऱ्या चढायला सुरुवात केली. सुरुवातीला त्यांनी मला हिदेयोशीबद्दल माहिती सांगितली. हिदेयोशी तोयोतोमी हा शेतकरी वर्गातील असून बलाढ्य सम्राट म्हणून ओळखला जातो. शिवाय जपानचे एकत्रीकरण करण्यासाठी त्याचे नाव घेतले जाते.

त्यानंतर मात्र सेनसेइ त्यांच्या गतीने पायऱ्या चढू लागले. चढताना बोलले की दम लागतो.

माझ्यात आणि सेनसेईंमध्ये साधारण २० वर्षांचे अंतर आहे. तसेच ते जपानी आहेत. जपानी माणसाचा चालण्याचा आणि पायऱ्या चढण्याचा वेग हा भारतीय माणसापेक्षा अधिक असतो. त्याच नियमाने मी त्यांच्या बरीच पाठी पडले. मी १०० ते १२० पर्यंत पायऱ्या मोजल्या खऱ्या पण त्यानंतर मात्र मला जरा दमल्यासारखे वाटू लागले. श्वास घ्यायला मी थांबले आणि मागे वळून खाली पाहिले तर खूप भितीयुक्त आश्चर्य वाटले की आपण इतके वर चढून आलो कसे?त्या पायऱ्यांना कठडा नव्हता. दोन्ही बाजूला किर्र झाडी होती. पायऱ्यांवर चढणारे उतरणारे कोणीही नव्हते. सेनसेईंनी फिरायला जाऊया का?' विचारले तेव्हा मला जराही कल्पना नव्हती की अशा पायऱ्या चढून यायचे आहे. मी वर पाहिले तर सेनसेइ कुठे दिसत नव्हते. एकदा मनात विचार आला की इथून परत खाली उतरावे का? पण सेनसेईंना न सांगता असे करणे मला प्रशस्त वाटले नाही. श्वास पूर्ववत झाल्यावर परत मी पायऱ्या चढू लागले. मला आता एक एक गोष्ट उलगडली. तिकिटाच्या इथे माणूस नसणे, सफाई करणाऱ्या आजोबांना सेनसेईंनी सांगणे की तसेही कोणी तिकीट पाहणार नाही. याचा अर्थ इथे फार कोणी येत नसावे. जागा एकतर दूर आणि त्यातून चढायला पायऱ्या असल्या तरी त्या अवघड!

मी अजून १०० पायऱ्या चढून गेल्यावर मला सेनसेइ माझ्यासाठी वाट बघत असलेले दिसले. परत जाण्याचा मूर्खपणा न केल्याची मीच मला शाबासकी दिली. सेनसेइ दूर होते. तिथे एक कमान होती. मी त्यांना हात करून मी येते आहे तुम्ही पुढे व्हा असे इशाऱ्याने सांगितले. ओरडून सांगायची ताक्द नव्हती आणि त्यांनी माझ्यासाठी थांबून राहावे असे मला वाटत नव्हते. त्यानंतर जवळजवळ ५०० हून अधिक पायऱ्या चढून आले. आतापर्यंतच्या पायऱ्या उंचीने कमी होत्या. मला वाटले आता आले असेल ते ठिकाण. पाहते तर अजून बऱ्याच पायऱ्या होत्या आणि त्या उंच तर होत्याच शिवाय तीव्र चढाच्या होत्या. आता मात्र मला रडू येऊ लागले. एकतर तीव्र चढामुळे पायऱ्यांचा शेवट दिसत नव्हता, श्वास लागत होता आणि घामाने कपडे पूर्ण भिजले होते. तेवढ्यात वाऱ्याची झुळूक आली आणि माझी नजर सभोवताली गेली.

सुंदर सुंदर झाडे होती, गर्द झाडांमुळे थंडावा होता, आणि मनात विचार आला....
की खरंतर चालण्याचा नियमित सराव आणि व्यायाम यामुळे मी इतकी
वरपर्यंत चढू शकले याचा मला आनंद व्हायला हवा. मी मनातून नकारात्मक
विचार काढून टाकले आणि परत पायऱ्या चढायला सुरुवात केली. सेनसेइंनी
जर सांगितले आहे की हिदेयोशीची कबर पाहायला जाऊ तर ते ठिकाण अजून
दूर असणार. काही वेळात मला सेनसेइ दिसले आणि हिदेयोशीची कबर ही
दिसली. आता मात्र मला आनंद झाला. पोहोचले मी. तिथे बसायला मात्र
काहीही नव्हते. आम्ही सभोवताली फिरून पाहिले. ते डोंगराचे टोक होते. फार
फिरायला जागा नव्हतीच. तेवढयात सेनसेइंनी मला सांगितले, "समोर खाली
दरीमध्ये बघ काय दिसते आहे?"मी   पाहिले तर काय कियोमीझुदेरा' (बुद्ध
धर्माचे देऊळ याबद्दल अधिक तुम्ही ऋणानुबंध पूर्वेचा भाग १ आणि २
मध्ये वाचू शक्ता) होते. माणसांची गर्दी तिथे दिसत होती. सेनसेइ मला
चिडवण्याच्या आवाजात म्हणाले, "बघ ज्यांना ही जागा माहीत नाही असे
सगळे तिथे जातात आणि गर्दी करतात."

माझे त्यांच्या चिडवण्याकडे लक्षच नव्हते, मी अनिमिष नेत्रांनी समोरचे दृश्य
पाहात होते. ती खोल दरी, हिरवीगार झाडे, मध्ये मध्ये असलेली साकुराची झाडे,
प्रचंड पसरलेला तो डोंगर आणि समोर दिसणारे क्योतो. असे दृश्य मी
आजपर्यंत पाहिले नव्हते. २००८ मध्ये पहिल्यांदा मी अनुपमा बरोबर
कियोमीझुदेराचा चढ चढले होते. त्यानंतर २०१७ मध्ये मीनूला, २०२३ मध्ये
नीलमला आणि २०२३ च्या एप्रिल मधल्या पहिल्या आणि ऑक्टोबर मधल्या
दुसऱ्या शैक्षणिक सहलीतल्या मुलांना घेऊन गेले होते. आता तो चढ चढणे
माझ्यासाठी काही फार कठीण नव्हते. परंतु आज जिथे आले ते
कियोमीझुदेराच्या पाच पट उंचीवर होते. माझा डोळ्यांवर विश्वास बसत
नव्हता. इथून पाहिले तर कियोमीझुदेरा, तिथली माणसे मुंग्यांइतकी छोटी
वाटत होती. सेनसेइ म्हणाले, "सारखे कियोमीझुदेराला जाऊन तुला कंटाळा
कसा येत नाही? पुढच्या वेळेस सहलीच्या मुलांना इथे घेऊन ये."

मी नुसती मान डोलावली, परंतु मी साशंक होते की इतक्या पायऱ्या चढून यायला कुणी तयार होईल का? आम्ही आता उतरायचे ठरवले.

उतरून आल्यावर मी सेनसेइंना म्हटले, "तोरिइच्या २०/२२ पायऱ्या पाहून मला वाटले होते इतक्याच पायऱ्या असतील. (आम्ही खूप हसलो) तुम्ही पण पहिल्यांदा आलात का इथे?" विचारून झाल्यावर मला कळले की मी चुकीचा प्रश्न विचारला. आणि अपेक्षेप्रमाणे उत्तर दिलेच सेनसेइंनी, "माहीत नसलेल्या जागी मी तुला घेऊन येईन का? सुरक्षितता ही प्राथमिकता आहे."

मी त्यांचे मनापासून आभार मानले ते दोन गोष्टींसाठी. एकतर इतकी सुरेख जागा दाखवली म्हणून आणि त्यायोगे मला माझ्या शारिरीक ताकदीचा अंदाज आला म्हणून. खरेतर गेल्या डिसेंबरमध्ये मी व्हर्टिगोने आजारी होते. पण आजच्या अनुभवाने माझा आत्मविश्वास वाढला.

मी दमले होते ते माझ्या चेहेऱ्यावर दिसत असणारच. आम्ही कॉफी प्यायचे ठरवले.

२३. सानजुसांगेनदो

हिदेयोशि (१५३७-१५९८) बद्दल आणि आम्ही चढून गेलेल्या जागेबद्दल मला सेनसेइंना विचारायचे होतेच. कॉफी पिताना मी प्रश्न विचारले. आम्ही जिथे चढून गेलो त्या पर्वताचे नाव आहे 'आमिदा गा मिने'. चढताना मध्ये मला जी कमान दिसली त्याला 'कारामोन दरवाजा' असे नाव आहे. तो पर्वताच्या मध्यावर आहे. हिदेयोशीची कबर म्हणजेच 'तोयोतोमी श्राइन' (शिंतो देऊळ) बरेच वर्ष दुर्लक्षित होते. परंतु 'मेइजि' काळात (१८६८-१९१२) त्याचे पुनरुज्जीवन केले गेले. सेनसेइंना इतिहास आवडतो. मग ऐतिहासिक जागा असोत की पुस्तक. त्यामुळेच त्यांनी ही जागा दाखवायला मला आणले असावे. मला

जपानचा इतिहास फार काही लक्षात राहत नाही परंतु जागा मात्र बघायला आवडतात.

कॉफी झाल्यानंतर सेनसेइ म्हणाले, "सांजुसानगेंदो पाहायला जाऊ. जवळ आहे."

'सांजुसानगेंदो'बद्दल मला काहीच माहिती नव्हती. गेल्यावर कळेल असा विचार करून मी सेनसेइंना काही विचारले नाही. आम्ही चालतच एका ठिकाणी पोहोचलो. तिकीट ६०० येन होते. (रु. ३५०/-) मला गेटवर कळले की ते बुद्ध मंदिर आहे.

आम्ही आतमधे शिरलो. पाहते तर काय..... प्रशस्त मोठे आवार होते, जिथे चपला-बूट काढून ठेवायला लाकडाचे बरेच कप्पे होते. माणसे तर जवळपास १००च्या वर असावीत. परदेशी, जपानी, सगळेच होते. सेनसेइंना खरेतर गर्दीच्या जागा आवडत नाहीत पण इथे मला घेऊन यायचे नक्की काही कारण असणार. शूज काढून झाल्यावर एका मोठ्या व्हरांड्या मधून जायचे होते. सर्व बांधकाम लाकडाचे होते. वयस्कर लोकांना सोयीचे जावे यासाठी पायऱ्यांच्या बाजूने अगदी साधा चढ असलेला मार्ग होता.

आम्ही मुख्य गाभाऱ्यात प्रवेश केला. मला जे दृश्य दिसले ते शब्दात वर्णन करणे केवळ अशक्य आहे. तरी मी प्रयत्न करते. तो हॉल लांबलचक होता. त्यामध्ये मोजता येणार नाहीत इतक्या बुद्धाच्या सोन्याने रंगवलेल्या मूर्ती होत्या. त्यामूर्तींना अनेक हात होते आणि सगळ्यात पुढची रांग होती तिथे 'सेवक' किंवा 'अनुयायी' म्हणावे अशा मूर्ती होत्या. मी एक-एक मूर्ती पाहत पुढे सरकत होते. एक-एक नाव वाचून आणि त्याबद्दल लिहिलेली माहिती वाचून मला आश्चर्य तर वाटत होतेच शिवाय आनंद ही होत होता. आपल्या म्हणजेच हिंदू देवदेवता, गंधर्व इत्यादींचा उल्लेख तर होताच, परंतु त्यांची जपानी भाषेतील नावे आपल्या नावांशी मिळती जुळती होती; जसे गरुड, विरूपाक्ष, इत्यादी. बुद्धाच्या मूर्ती बघताना तर त्या काळातील कलेची आणि कलाकारांची कमाल वाटत होती. तिथे लिहिलेल्या माहितीनुसार हे देऊळ ११६४

मध्ये बांधले गेले तर हा मुख्य गाभारा १२६६ मध्ये बांधला गेला. त्यात १००१ बुद्धाच्या सहस्त्र हस्त असलेल्या मूर्ती (जपानी भाषेत त्यांना 'काननोन' म्हणतात) १० ओळींमध्ये मांडल्या आहेत. मध्यभागी १००० हात असलेली बुद्धाची थोडी मोठ्या आकाराची मूर्ती आपले लक्ष वेधून घेते. या सर्व मूर्ती हेइआन (७९४-११८५) काळात आणि कामाकुरा (११८५-१३३३) काळात तयार केल्या गेल्या होत्या. हा अनुभव काहीतरी अद्वितीय आणि दैवी होता. त्या मूर्ती पाहताना त्या काळातील कलाकारांबद्दल आदर, आणि त्यांच्या कलेचे कौतुक मनात दाटून आले. इतक्या मूर्ती काही एका मूर्तीकाराने नक्कीच केल्या नसाव्यात. तरीही त्यातील समतोलपणा, ते सहस्त्र हात, बुद्धाच्या मूर्तीचा चेहेऱ्यावर असलेला शांत भाव, त्याचे मिटलेले डोळे हे सगळे त्या मूर्तींमध्ये दाखवण्याचे कसब अतिशय वाखाणण्याजोगे आहे.

नंतर मी वाचले की या मूर्ती जपानी सायप्रस लाकडापासून बनवल्या गेल्या आणि सोन्यामध्ये लपेटल्या गेल्या. तिथे फोटो काढायची परवानगी नव्हती. साहजिक आहे बरेचदा फ्लॅशमुळे मूर्ती खराब होतात. मला तिथे सगळ्या मूर्ती पाहून पूर्ण गाभारा फिरून पाहायला जवळ जवळ अर्धा तास लागला. मी इतकी गुंग झाले की माझ्या बरोबर सेनसेइ आहेत हेच विसरले. पूर्ण प्रदक्षिणा घालून बाहेर आले तर ते माझी वाट बघत उभे होते. "तुम्हाला वाट पाहावी लागली का?" मी विचारले तेव्हा म्हणाले, "मी आधी हे देऊळ पाहिले आहे. तुला दाखवावे यासाठी आपण इथे आलो." अत्यंत प्रभावी, मनावर ठसा उमटविणाऱ्या ह्या बुद्ध मूर्ती पाहताना भान हरपले नाही तरच नवल! याची त्यांनाही कल्पना होती. बूट घातल्यावर म्हणाले, "आता बाजूच्या बागा बघू." ह्या देवळाच्या बाजूला २ बागा आहेत. तिथून देवळाचा सुरेख नजारा दिसतो. हे लाकडाचे देऊळ ३३ भागांमध्ये विभागले आहे म्हणून त्याचे नाव 'सानजूसान' असे मला सेनसेइंनी सांगितले. (जपानी भाषेत ३३ ला 'सानजूसान' म्हणतात.)

बाग अतिशय सुंदर होती. साकुरा फुललेली अनेक झाडे तर होतीच शिवाय केशरी आणि हिरवा रंग वापरून रंगवलेली काही देवळेही तिथे होती. संपूर्ण

बाग फिरायला अर्धा तास लागला. आता मात्र मला खरंच दमायला झाले होते. सकाळी पाहिलेले 'चिशाकुइन' त्यानंतर चढलेल्या-उतरलेल्या पायऱ्या आणि आता पाहिलेले हे देऊळ!

ओसाकाला परत जात असताना मला आजचा दिवस आठवत होता. शरीर दमले होते पण मन मात्र तृप्त होते. निसर्ग, दिव्यत्व, कला आणि ऐतिहासिक जपणूक हे सगळे एका दिवसात मी अनुभवले होते. मी एकटी क्दाचित इथे आले नसते. आजच्या दिवसासाठी मी सेनसेइंची कायम आभारी राहणार होते.

२४. आराशियामा, साकुरा आणि हानामि

क्योतो मला आवडते ते अनेक कारणांसाठी. त्यापैकी एक म्हणजे बांबूबन असलेले आराशियामा. खरेतर आराशियामा प्रसिद्ध आहे ते बांबूबनामुळेच. तिथे साकुराची झाडे किती असतील किंवा कुठे असतील याबद्दल मला फार काही माहिती नव्हती. कारण याआधी मी फक्त हिवाळ्यात तिथे गेले होते. एकतर पानगळ पाहिली होती किंवा नुकताच सुरू झालेला शिशिर ऋतू पाहिला होता. यावर्षी प्रथमच वसंत ऋतूत जाणार होते. क्योतोला जाऊन तुम्हाला आराशियामासाठी ट्रेन बदलावी लागते. मी 'हांक्यु' या ट्रेनने जायचे ठरवले. मला या ट्रेन्स खूप आवडतात.

हांक्यु ट्रेनने आराशियामा स्टेशनमध्ये प्रवेश केला आणि पाहते तर काय स्टेशनच्या दोन्ही बाजूला असंख्य साकुराची पूर्ण फुललेली झाडे होती. काय अप्रतिम दृश्य होते ते! ट्रेन सावकाश प्लॅटफॉर्मवर थांबत होती त्यामुळे बाहेरील दृश्य अगदी डोळे भरून पाहता आले. माझ्यासारखेच इतर पर्यटकांनी उतरल्यावर आधी त्या फुलांचे फोटो, व्हिडिओ काढले. ट्रेनचा किरमिजी गड्द रंग आणि त्याच्या पार्श्वभूमीवर फिक्ट गुलाबी नाजूक साकुरा! पाकळ्यांची बरसात तर होत होतीच. आता स्टेशनबाहेर पडून नदीकडे जावे असे मी ठरवले.

स्टेशनमधून बाहेर पडताना माझे जमिनीवरील फरशी (टाईल्स) कडे लक्ष गेले, तर तिथे साकुराची फुले कोरली होती आणि ती गुलाबी रंगाने रंगवलेली होती. * साकुराचा उत्सव सुरू झाल्याची ती खूण होती.

मी नदीकडे जाणाऱ्या रस्त्याने चालू लागले. जागोजागी साकुरा फुललेली झाडे दिसत होती. एका पुलाखाली स्वच्छ खळखळ वाहणारा झरा दिसला. त्याच्या बाजूला असलेला साकुरा आपल्या पाकळ्या त्यामधे सोडत होता. विहंगम दृश्य म्हणतात ते असे.

मैदानात आल्यावर मात्र माझे भान हरपले. सगळीकडे साकुरा पूर्ण फुलला होता आणि आज हानामिंसाठी (साकुरा बघायचा उत्सव) लोकं जमा झाले होते. आपापल्या चटया घेऊन ग्रुपमधे झाडाखाली विसावले होते. कोणी 'दांगो' (तांदूळ पीठ वापरून केलेला गोड पदार्थ) खात होते तर कोणी 'ओसाके' (राईस वाईन) पीत होते. मुले इकडून तिकडे बागडत होती. कोणी लहान मुलांना बाबागाडीतून आणले होते, तर कोणी छोट्या कुत्र्यांना बाबागाडीतून फिरवत होते. खाण्याच्या स्टॉल्सवर गर्दी होतीच, परंतु लोकं रांगेत उभे राहून पदार्थ विकत घेत होते. त्यात मुख्य पदार्थ स्ट्रॉबेरीचे 'दाइफुकु' (तांदुलाच्या पिठापासून 'मोची' असा पदार्थ बनवतात ज्यामधे स्ट्रॉबेरी घालतात), सोबा नूडल्स, दांगो, आइस्क्रीम, रामेन, साकुरामोची (साकुराची फुले वापरून केलेला गोड पदार्थ) आणि मांसाहारी पदार्थ होते.

मी स्ट्रॉबेरीचे दाइफुकु घेतले आणि नदीकाठी बसून नितळ पाण्याचा खळखळाट बघत आणि ऐकत, साकुराच्या वाऱ्यावर उडणाऱ्या पाकळ्यांचा स्पर्श अनुभवत त्या दाइफुकुचा आस्वाद घेतला. "सुख म्हणजे नक्की काय असतं? काय पुण्य असतं की जे बसल्या जागी मिळतं." असे प्रशांत दामले यांचे गाणे थोडे शब्द बदलून म्हणून घेतले. मी 'हानामि' अनुभवत होते. एकटी का असेना.... साकुराच्या फुलांसोबत, त्यांच्याशी थोड्या गप्पा मारत, त्यांना धन्यवाद देत मी 'हानामि उत्सव' साजरा करत होते. खाऊन झाल्यावर मी साकुराची झाडे जवळून पाहायची ठरवली. त्यात माझा सगळ्यात आवडता

'शिदारे झाकुरा' (वीपिंग साकुरा, ज्याचे नाव मी 'लाजाळू साकुरा' ठेवले आहे) इथे होता. त्या झाडाची फुले अनेक पाकळ्या असलेली होती. फांद्या अगदी नाजूक होत्या. त्यांना फुलांचा भार सहन होत नव्हता की काय म्हणून त्या खाली वाकल्या होत्या. थोड्याशा वाऱ्यानेसुद्धा फांद्या डोलत होत्या. गुच्छाने लगडलेले ते झाड इतर साकुराच्या झाडांपेक्षा का वेगळे ते मला जाणवले. कारण या झाडाला मोठ्मोठ्या फांद्या नव्हत्या, फक्त ङ्हाळ्या होत्या आणि त्यावर सगळी फुले फुलली होती. साकुराचे ५०० प्रकार आहेत ते ऐकून आहे, परंतु नीट निरीक्षण केले तर आपल्याला तिथेच १०-१२ प्रकार अगदी सहज पाहायला मिळतात. मग ते पाकळ्यांची संख्या, फुलांचा रंग, झाडाची आणि फांद्यांची रचना यानुसार असतात. साकुरा मनसोक्त पाहून झाल्यावर मला एका देवळात जायचे होते जे मी नेटवर पाहून ठेवले होते. तिथे जायचा रस्ता बांबू बनातून होता.

मी बांबू बनाकडे चालायला सुरुवात केली.

२५. सेइञ्योजी आणि लाकडाचा उभा बुद्ध

मी आधीपासून एक नाव पाहून ठेवले होते ते देऊळ म्हणजे 'सेइञ्योजी' हे आराशियामा मधील बुद्धदेऊळ. बांबू बनातून साधारण २५ मिनिटे चालले की हे देऊळ येते. मी चालायला सुरुवात केली. संपूर्ण रस्ता दोन्ही बाजूने बांबूने नटला होता. सुरेख सुरेख बांबूंची लागवड केली होती. त्यात हिरवेगार बांबू, पोपटी रंगाचे, पिवळसर असे अनेक प्रकार होते. मी निरीक्षण करत चालले होते. इतके प्रकार क्वचितच आपल्याकडे पाहायला मिळतात.

तेवढ्यात मागून जपानी भाषेतून कोणीतरी जोरात बोलत होते... [बाजूला व्हा, बाजूला व्हा] पाठी वळून पाहिले तर माणसाची रिक्षा होती. क्योतोमधे आणि विशेष करून आराशियामामध्ये तुम्हाला अशा रिक्षा दिसतील जी माणसे ओढून

नेतात. आपल्याकडे पूर्वी घोडागाडी असायची तसेच या गाड्यांचे डिझाईन असते. सुरेख सजवलेल्या असतात. आणि ओढून नेणारे जपानी तरुण असतात. मला जसे प्राण्यांना गाडीला जुंपलेले आवडत नाही तसेच हे सुद्धा आवडत नाही. आपण ऐटीत आत बसून एखाद्याच्या शक्तीचा वापर स्वतःसाठी करावा हेच मुळात क्रूरपणाचे लक्षण आहे. मी झटकन बाजूला झाले. तो मुलगा जवळ जवळ धावतच ती गाडी ओढून नेत होता. आजूबाजूच्या जागेचे वर्णन करीत होता. उपजीविकेचे ते एक साधन होते. त्याबद्दल मला त्या मुलाचा आदर वाटला.

थोड्या वेळात एक रेल्वे क्रॉसिंग लागले. पूर्ण आराशियामा मधून रेल्वे मार्ग जातात. ज्यांना चालायचा त्रास होतो किंवा मुलांना मजा वाटावी यासाठी अशा छोट्या ट्रेन्स या मार्गांवरून धावतात. त्यातील काही वरच्या बाजूने उघड्या असतात. एक ट्रेन येत होती त्यामुळे फाटक बंद केले गेले. हे रेल्वे फाटक मी खूण म्हणून लक्षात ठेवले. आराशियामा मधे अनेक रस्ते आहेत. तुम्ही रस्ता चुकण्याची शक्यता असते. पहिल्यांदा जात असताना मी नेहमी काही खुणा लक्षात ठेवते. जसे की एखादे दुकान, त्याचे नाव, रेल्वे क्रॉसिंग, इत्यादी. जपानी माणसांना आपण रस्ता चुकलो तर मदत करायची सवय असते. ते अगदी तुमच्या सोबत तुम्हाला जायचे त्या जागेपर्यंत सोडायला येतील, पण मला आजकाल त्यांना त्रास देऊ नये असे वाटते. सुरुवातीला ठीक होते. परंतु आता इतक्या वेळा जपानला आल्यानंतर स्वतः शोधणे काही अवघड जात नाही. तसेच गूगल मॅप असतोच आणि जपान मधले दिशादर्शक, नकाशे हे सगळे असते. तरीही खुणा लक्षात ठेवणे ही माझी सवय आहे. रेल्वे क्रॉस केल्यानंतर साधारण १० मिनिटांनी देऊळ दिसले.

देवळाचा दरवाजा अती भव्य होता. आत पाऊल टाकले तर प्रचंड मोठे पटांगण होते. त्यात देवळाकडे जाणारा रस्ता सोडला तर सगळीकडे छोट्या दगडांची खडी पसरवली होती. रस्ता फरशांचा होता. मुख्य देवळाकडे जाण्याआधी माझे उजव्या बाजूला लक्ष गेले ते साकुरा फुललेल्या झाडांमुळे. साकुराची भरपूर

फुले आणि भरपूर फांद्या असलेले बरेच मोठे झाड होते. त्या झाडाखाली साधारण १०-१५ माणसे उभे राहू शकतील इतका त्या झाडाचा विस्तार होता. इतका मोठा वृक्ष मी प्रथमच पाहत होते. या महिन्यात किती प्रकारचे साकुरा पाहिले त्याला काही गणतीच नव्हती. फुलांचे वेगवेगळे रंग, पाकळ्यांची संख्या, झाडांच्या फांद्यांची रचना. मी कम्मरेत वाकून त्या वृक्षाला प्रणाम केला आणि देवळाकडे निघाले.

देऊळ फारच प्रशस्त होते. मुख्य गाभाऱ्यातील मूर्ती लाकडाचा बुद्ध असून तो चीनमधून जपानमध्ये आणण्यात आला. ८९५ सालात बांधलेले हे देऊळ चीनमधील 'वुताई शान' या देवळाची प्रतिकृती आहे. ह्या बुद्धाला 'अमिताभ' असे नाव आहे. मी आजूबाजूची लहान देवळेसुद्धा फिरून पाहिली. बाजूला एक सुरेख बाग आहे. जिथे बुद्धाच्या मूर्ती आहेत. काही सुरेख पाइन वृक्ष आहेत. बरेच फिरून झाल्यावर मी परत जायचे ठरवले. आज सकाळ पासून मी या भागात होते. संध्याकाळ व्हायला आली होती. आता परत जाणे योग्य ठरले असते.

मनात साकुरा साठवत मी ओसाकाला जाणाऱ्या ट्रेनमध्ये चढले.

२६. नांबाचे यासाका जिंजा

नांबा मला अनेक कारणांनी आवडतेच शिवाय ते माझ्या मनाच्या कोपऱ्यात नेहमीच घर करून बसलेले आहे. अगदी पहिल्या वेळेस मी नांबाला आले ते ओसाकाला २०१९ मध्ये आले तेव्हा. त्यानंतर दोतोंबोरीला प्रथम हिरोयुकी सेनसेइनी मला सोबत नेले होते. त्यावेळेचे रात्रीचे दोतोंबोरी मला खूप आवडले

होते. मागच्या वर्षी वाढदिवस ओसाकाच्या मियाता कुटुंबासोबत नांबालाच साजरा केला. शैक्षणिक सहलीत मुलींनी नांबामध्ये फिरून खूप खरेदी तर केलीच तसेच मजाही केली होती. परंतु बरेच वेळा नांबा हे रात्रीचे पाहिले होते. दिवसा जाण्याचा योग फार कमी वेळा आला होता. यावेळेस मी ठरवले होते की सेनसेइंनी मला यासाका या शिंतो देवळात नेले होते तिथे दिवसा जायचे. मला ते देऊळ फार आवडले होते. २०१९ नंतर परत जायचा योग काही आला नव्हता. आज मी एकटी जाणार होते त्यामुळे वाट शोधत जायचे होते. नांबा तसे बऱ्यापैकी मोठे शहर आहे. नेमक्या ठिकाणी जायचे तर आधी माहिती हवी. मी नांबाला उतरल्यावर सरळ माहिती केंद्र गाठले. मला यासाका जिंजाला जायचे आहे ते तिथल्या कर्मचारी आजोबांना सांगितले. ते आजोबा अगदी प्रेमळ होते. प्रथम त्यांनी नकाशा असलेला कागद मला दिला. त्यांच्याकडील पेनाने त्या नकाशावर स्टेशनपासून कसे जायचे ते आखून दिले. रस्त्यातल्या खुणा सांगितल्या. मला विचारले, “तुम्ही भारतीय आहात का?” मी त्यांना म्हटले, “हो, मी खरेतर २०१९ मध्ये हे देऊळ पाहायला आले होते. आता परत जायचे आहे.” ते म्हणाले, “नीट जाऊन या.” असे म्हणायची जपानीमध्ये पद्धत आहे. मी त्यांचे आभार मानून नकाशा घेऊन निघाले. स्टेशनपासून देऊळ थोडे लांब होते. भर उन्हात मी जात होते. त्या आजोबांनी सांगितलेल्या एक-एक खुणा लक्षात ठेऊन मी देवळाच्या जवळ आले. तिथे मला देऊळ दर्शविणारा एक बाण दिसला.

सिंहाचे उघडलेले तोंड असलेले हे देऊळ वैशिष्ट्यपूर्ण आहे ते त्याच्या आकारामुळे. ‘शिशिदेन’ हा सिंहाचे मुख असलेला देव रोगांपासून संरक्षण करतो, चांगले नशीब घेऊन येतो, महामारीला घालवतो असे मानले जाते. नवीन वर्ष साजरा करण्यासाठी ओसाकाचे लोक इथे येतात. या देवळाच्या बाजूला अजून एक देऊळ आहे. तिथल्या देवाने सर्पाला नामोहरम केले अशी एक कथा आहे. तो प्रदेश म्हणजे आत्ताचे ‘नांबा’.

चिनी पद्धतीचे वाटणारे मुर्तिकाम इथल्या मुर्तींमध्ये जाणवते. अतिशय उत्तम प्रतीचे दगड   वापरून केलेल्या सुबक मूर्ती पाहत राहाव्यात अशा! त्यात मुख्यतः देवळाबाहेरील 'कोमा इनु' (सिंहाचे मुख असलेले रक्षक)च्या मूर्ती तर फार सुबक आहेत. जपानी देवळांसमोर बहुतांशी दोन 'कोमा इनु' असतात तर इथे चार 'कोमा इनु' आहेत. त्यातील दोन, निळ्या रंगाच्या दगडात कोरलेले आहेत. देवळाचे दिवे फार सुरेख आणि संख्येने पण इतर देऊळांपेक्षा अधिक होते. त्यावरील नक्षी विविध होती. २०१९ मध्ये फारसे नीट न पाहिलेले हे देऊळ आज मात्र मी निरखून पाहत होते. शिंतो धर्माचा अभ्यास आणि अनेक शिंतो देवळांच्या भेटी यामुळे मला आता देवळातील प्रत्येक गोष्टींचे निरीक्षण करायची सवय लागली आहे. बाहेर पाण्याचे एक कुंड आहे ज्यावर पाणी हा शब्द चित्रलिपीत कोरला होता. ते मला फारच आवडले. जपानी लिपी येत नसलेल्या विदेशी पर्यटकांना बऱ्याच गोष्टी वाचता येत नाहीत आणि त्यामुळे त्याचा आनंद ते घेऊ शक्त नाहीत. अशावेळी मला जपानी भाषा वाचता येते याचा मला आनंद होतो. हे देऊळ शहराच्या गजबजलेल्या भागात असूनही आतमध्ये अतिशय शांत आहे. परिसर तसा मोठा नाही, परंतु साकुरा, पाइन वृक्ष याने सजला आहे. मी देवळात शिंतो धर्मानुसार नमस्कार केला आणि बाहेर पडले. आज मला साकाइ फिरायचे होते.

२७. वाकायामा किल्ला आणि बाग

यासाका जिंजा पाहून आणि नांबामध्ये थोडेफार फिरून मी घरी आले. थोडे दमल्यासारखे वाटत होते. मग मी कुठे जायचे नाही असे ठरवले. खरेतर मला साकाइसुद्धा फिरून बघायचे होते. आता जेमतेम एक आठवडा राहिला होता. शिकवण्या संपल्या होत्या. आता मी तसे कुठेही दूर जाऊ शक्त होते. परंतु गेल्या ३ आठवड्यात एक दिवसआड फिरणे तसे बऱ्यापैकी झाले होते. बाहेर

पडले की १५-२० हजार पावले चालणे सहज होत होते. हे पुण्यात किंवा मुंबईमध्ये अशक्य आहे. एक तर जपानमध्ये रस्ते अतिशय सुरक्षित असतात, शिवाय प्रदूषण जवळ जवळ नसतेच. त्यामुळे तुम्हाला चालायचा उत्साह असतो, तसेच कमी दमणूक होते. माझे वय आता ५८ आहे. भारतीयांना 'साठी जवळ आली' की म्हातारपण आले असे वाटते ही मानसिकता माझीसुद्धा आहे. परंतु मी जपानी वयोवृद्ध लोकांची मानसिकता पाहते त्यावेळी वाटते की आपण वयोमानाचा फार बाऊ करतो. दुसऱ्या दिवशी मग मी दूरवर जायचे ठरवले.

मी वाकायामा किल्ला पाहायचे ठरवले. सकाळी लवकर घर सोडले. साकाइवरून थेट वाकायामाला ट्रेन आहे. फास्ट ट्रेन मिळाली तर ४५ मिनिटे लागतात. वाकायामा स्टेशनपासून किल्ल्यापर्यंत बसने १५ मिनिटे लागतात.

बसमधून उतरलात की 'वाकायामा किल्ला' असे दर्शवणारी पाटी दिसते. आणि लगेच लागतो तो एक लाकडाचा अतिशय सुरेख वक्राकार ब्रीज! जपानमध्ये वेगवेगळ्या प्रकारचे ब्रिजेस आहेत. त्यात मला आवडणारे म्हणजे लाकडाचे वक्राकार ब्रीज. ते बऱ्याचदा लाल किंवा केशरी रंगांचे असतात. कधी कधी अजिबातच रंगवलेले नसतात. हा मात्र पिवळ्या रंगाचा होता. भडक पिवळा नाही तर थोडा खाकीकडे झुकणारा रंग होता. ब्रीजच्या खांबांची वरील टोके काळ्या रंगाने रंगवली होती त्यामुळे ते आकर्षक दिसत होते. ब्रीज पार करून गेल्यावर एक सरळ रस्ता लागला. त्याच्या एका बाजूला कागदाचे कंदील रांगेत लावले होते. गुलाबी रंगाच्या या कांदिलांवर 'साकुरा सण' असे लिहिले होते. नुकताच सण आणि साकुराचा ऋतू संपलेला दिसत होता.

बरेच चालल्यानंतर नकाशा दिसला. त्यानुसार तिथे एक मोठी बाग होती,प्राणी संग्रहालय होते आणि किल्ला चढून जायचा होता.

मी प्रथम बाग फिरून पाहायचे ठरवले.

वाकायामा किल्ला हा जपान मधल्या डोंगरावर बांधलेल्या किल्ल्यांमध्ये पहिल्या तीन क्रमांकात आहे. हिमेजी किल्ला, इयो मात्सुमोतो किल्ला आणि वाकायामा किल्ला.

त्याची बाग ही "मोमोदानी तेइएन" या नावाने प्रसिद्ध आहे. सुरुवातीला चुबाकीची फुले होती. अत्यंत सुरेख लाल रंगांची फुले मोठ्या वाफ्यात लावलेली होती. त्यातले कोणते रोप कधी लावले ते तिथे लिहिले होते.

पुढे गेल्यावर साकुराची झाडे होती. अजूनही गुच्छा-गुच्छाने साकुरा वाऱ्यावर डोलत होता. बाग बरीच मोठी होती. पुढे दगडाचा जिना होता त्यावरून खाली उतरून पाहिले तर किल्ल्या भोवतीचा खंदक नजरेस पडला. खंदकात पाणी होते आणि त्यावर बांधलेले टी हाऊस होते. तिथपर्यंत चालत जाता येणार होते. गर्द हिरव्या झाडांच्या सावलीत खंडकाचे पाणीसुद्धा हिरवेगार दिसत होते. त्या टी हाऊसपर्यंत जायचा रस्ता अरुंद तर होताच, पण झाडांची मुळेसुद्धा रस्त्यात पसरलेली होती. नैसर्गिक रीतीने तयार झालेले ते रस्ते होते. मधेच झरे वाहात होते. ते पार करायला कधी लाकडाचे तर कधी सिमेंटचे वक्राकार ब्रीज होते. खंदकात काही खडक होते त्यावर अनेक कासवे चढून उन्हे घेत होती. पाणी शांत आणि स्थिर होते. पाण्यावर पडणाऱ्या सूर्यकिरणांनी ते टी हाऊस उजळून निघत होते. छोटेसेच पण सुबक असे एका खोलीचे ते टी हाऊस पाहून मला खूप आश्चर्य वाटले. एदो काळातील 'सम्राट आसानो' याच्यासाठी बांधलेले हे टी हाऊस अजूनही तितकेच आकर्षक आहे. त्याच्या खिडक्यांची तावदाने जपानी हाताने तयार केलेल्या कागद म्हणजेच 'वाशी'पासून बनवलेली आहेत. लाकडाची गॅलरी आहे. दुरून पाहिले तर ही टी हाऊस खंदकातील पाण्यावर तरंगते आहे असे वाटते. परिसरातील शांतता आणि निसर्गाच्या सानिध्यात असण्याचा आनंद या दोन्ही गोष्टी तिथे जाऊन अनुभवायला मिळाल्या. टी हाऊस पाहून झाल्यावर मी परत फिरायचे ठरवले. संध्याकाळ झाली होती आता किल्ला चढून गेले असते तर ओसाकाला पोहोचायला रात्र झाली असती शिवाय मला थोडे दमल्यासारखे वाटत होते.

बरोबर कोणी असते तर नक्की मी किल्ला चढून पाहायला गेले असते. पुढच्या वेळेस आले तर किल्ला पाहायचा असे ठरवून मी बस स्टॉपकडे निघाले.

२८. साकाइचा फेरफटका आणि देवी रेस्टॉरंट

साकाइमध्ये राहूनसुद्धा मी साकाइ व्यवस्थित पाहिले नव्हते. आता भारतात जायला थोडेच दिवस उरले होते म्हणून साकाइ फिरून पाहावे असे ठरवले.

घरापासून स्टेशनपर्यंतच्या रस्त्यावर दोन्ही बाजूला अनेक प्रकारची फुले साकुराच्या संगतीने डोलत होती. फुलांचे विविध आकार आणि रंग पाहून मन कसे प्रसन्न होत होते. त्या फुलांची नावे मला माहीत नव्हती. काही वेळा मी हिरोयुकी सेनसेइंना फुलांची नावे विचारते परंतु लिहून ठेवली नसल्यामुळे विसरते.

साकाइ हे बंदर म्हणून प्रसिद्ध आहे. मी त्या बंदरावर जायचे असे ठरवले. समुद्र मला फार आवडतो. ओसाकाला कानसाइ विमानतळावर उतरताना तो दिसतोच. तरीही बंदर बघणे यात वेगळी मजा असते. तिथल्या बोटी, होइया, मासेमारीच्या लॉन्चेस, माणसांची वर्दळ हे सगळे पाहताना मी वेगळ्याच दुनियेत जाते. समुद्राचा अथांग विस्तार, वर अमर्याद निळे आभाळ दोन्ही रंग निळेच. निसर्गाची ती विस्तीर्ण रूपे पाहताना आपल्या छोट्याशा अस्तित्वाची जाणीव होते तेव्हा कळते की निसर्गाने मानवाला कसे सामावून घेतले आहे.

मी स्टेशनवरून बंदरापर्यंत कसे जायचे ते नकाशात पाहून घेतले आणि चालायला सुरुवात केली.

साकाइ स्टेशनच्या डाव्या बाजूने गेले की एक कॅनाल दिसतो. तो पूर्ण साकाइभर वाहत असतो. त्याचे पाणी स्वच्छ आहे आणि ते तसे का याचा

शोध मला लागला. मी त्याच्या बाजूने जात असताना एका मोटारबोटी मधून माणसे आली आणि ती तो कॅनाल साफ करायचे काम करू लागली. तसाही कचरा फक्त साकुराच्या पाकळ्या,झाडांची पाने असाच असतो. तरीही तो साफ केला जातो. समुद्राचे पाणी कॅनाल मध्ये सोडलेले असते. त्यामुळे मासेही त्यात पोहत असतात. त्या कॅनालवर काही ठराविक अंतरावर ब्रिजेस आहेत. एका ब्रीजवर मला अत्यंत सुरेख 'कोइ नोबोरी' दिसले. वाऱ्यावर कोइ नोबोरी फडकत होते. फारच सुरेख दृश्य होते ते! ('कोइ नोबोरी' हा सण आहे. 'कोइ' नावाचे मासे वेगवगेळ्या रंगाचे असतात. ह्यांचे वैशिष्ट्य असे की हे प्रवाहाविरुद्ध पोहतात. जपानचा बालकदिन ५ मे रोजी असतो. तेव्हा रंगीत कापडाचे कोइ मासे बनवून ते पताकांसारखे एका काठीवर लावून घराबाहेर लावले जातात. मुलांना ती शिकवण असते की 'कधी कधी तुम्हाला प्रवाहाविरुद्ध जाऊनही काम करावे लागते'. हे कापडी मासे सार्वजनिक ठिकाणीही सजवले जातात).

नकाशानुसार बंदर आता सहा मिनिटांवर होते. फुटपाथवर छोट्या छोट्या बागा बांधल्या होत्या. जिथे बाक ठेवले होते. झाडांची कमान केली होती. फुटपाथवरून चालताना दम लागला, बसावेसे वाटले तर ती सोय होती. जपानमध्ये छोट्या शहरात रस्ते तसे अरुंद असले फूटपाथ असतातच आणि त्यावरून चालताना कुठेही खड्डा, ओबडधोबड रस्ता असे काहीही नसते. कितीतरी वयोवृद्ध माणसे अगदी सहज चालत असतात.

काही वेळाने मोठ्ठे वळण लागले आणि त्यावर लिहिले होते की इथून पुढे वाहनांना बंदी आहे. म्हणजे बंदर जवळ आले होते तर. बऱ्यापैकी चढाव होता. वर पोहोचल्या नंतर मला समुद्र दिसला. मी बंदरावर आले होते.

समोर अथांग पसरलेला निळा समुद्र, त्यामधल्या सुरेख पांढऱ्या शुभ्र बोटी दूरपर्यंत दिसत तर होत्याच शिवाय समुद्रात काही धातूच्या मूर्ती दिसत होत्या. त्यात एक होती देवीची मूर्ती. तिला 'ड्रॅगन देवी' असे म्हणतात. ती संरक्षण आणि भरभराटीची देवता आहे असे मानले जाते. तिथे मला अजून एक पुतळा

दिसला. जवळ जाऊन वाचले तर तो पुतळा एका व्यापाऱ्याचा होता. त्या व्यापाऱ्याचे नाव 'लुझॉन सुकिझाएमोन' आणि तो उच्च दर्ज्याच्या पॉटरीच्या व्यापारासाठी प्रसिद्ध होता. त्याकाळी साकाइ हे व्यापारासाठी प्रसिद्ध शहर होते.

मला ते बंदर दोन गोष्टींसाठी आवडले. एक म्हणजे ते फारच प्रशस्त आहे. सगळे बांधकाम लाकडी आहे आणि दुसरे म्हणजे तिथे अजिबात वर्दळ नसते. माणसे धावायला, चालायला येतात. मी बराच वेळ तिथल्या बाकावर बसून समुद्रामधील बोटींच्या हालचाली बघितल्या. तिथून मी निघाले आणि देवी रेस्टॉरंटमध्ये जायचे ठरवले.

ऋषिकेशने मला देवी रेस्टॉरंटबद्दल मागे सांगितले होते. ते नेपाळी लोक चालवतात. तिथे नेपाळी तसेच भारतीय पदार्थ फार चविष्ट मिळतात. मी आज नेपाळी थाळी घ्यायचे ठरवले.

नेपाळी थाळी हवी तर 'भात शाक' असे सांगायचे. त्यात दोन भाज्या, डाळीची आमटी, बासमती छान मोकळा भात, छोटी वाटी भरून कढवलेले तूप, पापड, दही, काकडी, मुळा आणि भाज्यांचे लोणचे असे पदार्थ मिळतात. हे पाहून मला खूप आनंद झाला. इतक्या रुचकर आणि घरच्यासारख्या जेवणासाठी तुम्ही देवींमध्ये नक्की या. जेवत असताना मी पाहिले तर बरीच जपानी लोकं आली होती. एक-एकटे पुरुष जास्त होते. एकंदरीतच चिकनची थाळी त्यांच्या आवडीची होती असे मला वाटले. मी तिथल्या शेफना बरेच प्रश्न विचारले, जसे की हे रेस्टॉरंट कधी सुरू झाले? जपानी लोकं नेहमी जेवायला येतात का? जपानी लोकांना कोणते भारतीय पदार्थ आवडतात?

शेफनी मला सगळ्या प्रश्नांची छान उत्तरे दिली. ८ वर्षांपासून हे रेस्टॉरंट साकाइ इथे आहे. नेपाळी आणि भारतीय शाकाहारी आणि मांसाहारी पदार्थ इथे मिळतात. जपानी लोकं मुख्यतः चिकनचे पदार्थ खायला येतात. परंतु त्यांना जास्त चमचमीत किंवा मसालेदार आवडत नसल्यामुळे इथे जपानी जिभेला रुचेल अशी चव बनवली जाते. तिथे आपले मसाल्याचे पदार्थसुद्धा

त्यांनी विकायला ठेवले होते. गप्पा झाल्यानंतर मी शेफना सांगितले की मी नक्की शाकाहारी भारतीयांना तुमच्या रेस्टॉरंटबद्दल सांगेन. मग त्यांचा निरोप घेऊन मी निघाले.

उद्या मला शिगा प्रांतात जायचे होते. गुरूनाथ हा ऋषिकेशचा भाऊ तिथे राहतो. त्याने मला बोलावले होते.

२९. ओमिहाचिमान

शिगा प्रांत क्योतोच्या पूर्वेला असून ओसाकाहून जाताना क्योतोमधून जावे लागते. शिगामधे प्रसिद्ध असलेला 'बिवा तलाव' मी मागच्या वर्षी पाहिला होता. यावेळी शिगा मधले काही वेगळे पाहावे असा विचार चालला होता आणि मला आठवले की पहिल्या दिवशी मला भेटायला कानसाइ एअरपोर्टवर ऋषिकेश बरोबर आलेला त्याचा भाऊ गुरूनाथ हा शिगा इथे राहतो. शिवाय त्याने मला थंडी वाजू नये म्हणून दिलेला मफलर माझ्याकडेच राहिला होता. तो सुद्धा त्याला परत द्यायचा होता. मी त्याला मेसेज करून शिगाला येत आहे असे कळवले. त्यादिवशी रविवार असल्यामुळे गुरूनाथला सुट्टी घ्यावी लागणार नव्हती.

साकाइहून ओसाका, ओसाकाहून शिन-ओसाका आणि तिथून ओमिहाचिमान असा बऱ्यापैकी लांब प्रवास होता. 'शिन-ओसाका'वरून मी फास्ट ट्रेन पकडली. ट्रेनने क्योतो सोडले आणि बाहेर पाहावे तर काय! संपूर्ण गावे हिरवीगार होती. दूर दूर नजर जाईल तिथपर्यंत हिरवीगार, पोपटी रंगाची शेती दिसत होती. मधूनच त्यातून जाणारी बुलेट ट्रेन ही दिसली. फारच अप्रतिम दृश्ये होती ती! मी यावेळी कटाक्षाने फोटो किंवा व्हिडिओ काढायचा नाही असे ठरवले. जे आहे ते सौंदर्य डोळ्यात साठवावे. फोटो किंवा व्हिडिओ काढण्याचा अट्टाहास केला की प्रत्यक्ष बघायचे आणि अनुभवायचे सुख निघून जाते. बहुतेक ही

भाताची शेते असावीत. मधे झोपड्या किंवा घरे अजिबात नव्हती. काही ठिकाणी डोंगर दिसत होते. एखादे स्टेशन जवळ आले की थोडी फार घरे दिसायची. पुन्हा ट्रेनने स्टेशन सोडले की हिरवेगार गालीचे दिसत होते. जलद ट्रेन असल्यामुळे मी साधारण दीड तासात ओमिहाचिमान्ला पोहोचले.

स्टेशनवर गुरूनाथ आला होता. ओमिहाचिमान ज्यासाठी प्रसिद्ध आहे ते म्हणजे पाण्याचे खंदक किंवा नाले, ज्यामधून होड्यांनी प्रवास करता येतो आणि दोन्ही बाजूला असलेल्या साकुराचा आनंद लुटता येतो ते 'हाचिमानबोरी'. आम्ही सगळ्यात आधी तिथे जायचे ठरवले.

साकुराचा ऋतू आता संपला होता, परंतु मला त्या होड्या पाहायच्या होत्या. मी अनेक वेळा जपानच्या टिव्ही कार्यक्रमात पाहिले होते. होड्या चालवणारे जपानी नाविक भले मोठे उंच वल्हे घेऊन त्या होड्या हाकत असतात. डोक्यावर गवताची बनवलेली त्रिकोणी टोपी असते. मधे जेव्हा पूल येतो तेव्हा ते वल्हे पुलाच्या उंची पेक्षा मोठे असल्यामुळे त्याचा वापर करून सफाईदारपणे पटकन पुलावर चढून होडी पुढे गेली की लगेच दुसऱ्या बाजूने पुलावरून होडीत उडी मारून परत होडी वल्हवायला सुरुवात करतात. हे सगळे फारच मनोरंजक असते. ते नाविक होडी चालवताना जुनी गाणी ही गात असतात. हे सगळे मला प्रत्यक्ष बघायचे होते. गुरूनाथ बरोबर चालत जाताना मला एक जाणवले की हे गाव अगदी खेडेगावासारखे आहे. लाकडाची छोटी घरे,छोटे रस्ते,अजिबात वर्दळ नसलेले बस स्टॉप,आपल्याकडे गावी भाजी- मिसळ विकणारी कशी छोटी दुकाने असतात तशीच छोटी खाण्याच्या पदार्थांची दुकाने.... वेगळाच अनुभव होता तो!

हाचिमानबोरी (नाले असलेली जागा) स्टेशनपासून दूर असल्यामुळे आम्ही तिथे बसने जायचे ठरवले. बसने उतरल्यावर काही अंतर चालून गेलो आणि ते हाचिमानबोरी दिसले. पाऊस पडायला लागला होता. मी पायऱ्या उतरून खाली गेले. तिथून येणाऱ्या जाणाऱ्या होड्या अगदी नीट दिसत होत्या. होडीतला प्रवास १ तासाचा तरी होता. वेळ लागला असता म्हणून मी फक्त

वरून काही वेळ बघावे असे ठरवले. वर चढून आल्यावर तिथे एक लाकडाचे घर बांधलेले दिसले जिथे आराम करता करता समोर होड्या जात असतात ते दृश्य बघता येईल अशी सोय होती. तिथे थोडावेळ बसून आम्ही तो आनंद घेतला.

निरव शांतता होती. पावसाचा आवाज येत होता आणि मला नाविकाचे गाणे ऐकू आले. छान म्हणजे टीव्हीवर पाहिल्या प्रमाणे निदान गाणे तरी ऐकता आले. पाहते तर त्या नाविकाने तशीच त्रिकोणी टोपी घातली होती. होडीत बसलेल्या विदेशी पर्यटकांना तो गाणे गाऊन दाखवत होता. आनंदी होता. निसर्गाच्या सानिध्यात राहून केलेली कमाई नेहमीच आनंद देते. जपानचे हे दुसरे टोक होते. कुठे ती टोकियोमधली धावपळ, ते काँक्रिटचे जंगल आणि कुठे हे शांत-आनंदी सुरेख गाव! हा विरोधाभास मोठा आहे. तिथून आम्ही हिमुरे जिंजाला जायचे ठरवले.

३०. हिमुरे हाचिमांगु जिंजा

जपानमध्ये काही जागा मला फार गूढ वाटतात. त्याचे नक्की कारण मला समजत नाही. 'हिमुरे हाचिमांगु जिंजा' हे त्यापैकी एक ठिकाण आहे. जपानमधील शिन्तो धर्माची ही देवळे कित्येक वर्षापूर्वी बांधलेली असून इतिहासाची साक्ष देत अजूनही अनेक पर्यटकांना आकर्षित करतात. मला एका गोष्टीचे नेहमी आश्चर्य वाटते ते म्हणजे ही सगळी देवळे लाकडाच्या बांधकामाची आहेत. निसर्गाच्या वेगवेगळ्या आपत्ती झेलत ही देवळे कशी काय इतकी भक्कम राहिली असावीत? मी २०१७ मधे शिन्तो धर्माचा अभ्यास करत असताना काही शिन्तो पुजाऱ्यांची भेट घेतली होती त्यात मला समजले होते की दर ४ वर्षांनी त्या देवळांची डागडुजी केली जाते. हे काम किती

सातत्याने आणि काटेकोरपणे केले जात असावे ते ह्या देवळांकडे पाहिले की कळते. तरीही माझे आश्चर्य कायम राहते ते त्यांचे दर्शन घेऊन.

हिमुरे जिंजा हे डोंगरामध्ये बांधलेले देऊळ आहे. पाठीमागे विस्तीर्ण आणि उंच वृक्ष, सभोवताली घनदाट जंगल असलेले डोंगर, असे हे देऊळ इ.स. पूर्व १३१ साली कसे बांधले असेल? त्यानंतरच्या सम्राटांनी आजूबाजूची देवळे बांधली. प्रत्येक देवळात तांब्याच्या काही मूर्ती होत्या. त्यामध्ये पक्षी, मोर, कबुतरे होती. देवळाचे कंदील सोन्याचे होते तसेच बाहेरील दगडाचे दिवे कित्येक वर्षापूर्वी बांधले असल्याची साक्ष देत होते. तिथून पुजारी जात असताना दिसले. टोकियोमध्ये बघितलेल्या शिन्तो पुजाऱ्यांचा पोशाख लाल आणि पांढऱ्या रंगाचा असतो. इथला पांढरा आणि जांभळा होता. त्यालाही काही कारण असावे. जपानमध्ये प्रदेशानुसार रंगसंगती वेगवेगळी असते. हे देऊळ इतर शिन्तो देवळांप्रमाणे रंगवलेले नव्हते. लाकूड आहे तसेच ठेवले होते. त्यामुळे त्याचा मनावर उमटणारा ठसा अधिक गडद होता. तुम्ही चित्त हरवून देवळात पुढे पुढे जात राहता. पायऱ्या चढून वर जात असताना देवळापाठील डेरेदार वृक्ष दिसत असतात. पर्वताच्या कुशीत शिरत असल्याचा आनंद होत असतो. कारागिरीतील कुशलता पाहात असताना आणि ती शांतता अनुभवत असताना तुम्हाला शहराच्या धावपळीचा, गजबजाटाचा विसर पडतो. खरे जपान ते हेच का? असा मनाला प्रश्न पडतो. बौद्ध असो की शिन्तो असो दोन्ही धर्मांच्या देवळांमधले मी आतापर्यंत पाहिलेले हे सगळ्यात प्राचीन देऊळ होते. मी तिथल्या लाकडाच्या वास्तूला स्पर्श केला. साधारण १८०० वर्षापूर्वी बांधलेल्या ह्या देवळाचा कोणता ना कोणता भाग तरी आतापर्यंत राहिला असेलच की! असे हे देऊळ पाहायचे भाग्य मला मिळाले. मी त्या पवित्र वास्तूचे आभार तर मानलेच शिवाय गुरूनाथचे ही आभार मानले.

तिथे अजून एक वेगळीच जागा होती, ती म्हणजे कौले संग्रहित केलेले म्युझियम!! ते पाहू असे आम्ही ठरवले.

३१. 'कावारा' म्हणजे कौले आणि त्यांचे म्युझियम

आपल्याला वाटते की कौले म्हणजे त्यात काय विशेष असते. कौलांसारखी कौले त्यात कसला संग्रह करायचा आणि म्युझियम बनवायचे? हा विचार ते म्युझियम बघेपर्यंतच मनात राहतो. मी मागेही अनेकदा लिहिले आहे की जपानी लोकं कशाचे म्युझियम करतील त्याचा नेम नाही. मी आत्तापर्यंत पाहिलेल्या म्युझियम्समध्ये योकोहामा येथील 'कप नुडल्स म्युझियम', नागोया येथील 'टोयोटा कार म्युझियम', साकाइ येथील 'सुऱ्या चाकू यांचे म्युझियम', ओसाकाच्या नांबा येथील 'उकियो-ए चित्रांचे म्युझियम', क्योतोच्या उजी गावातील ब्योदोइन देवळातील 'बुद्धाच्या मूर्तींचे म्युझियम' अशी अनेक म्युझियम्स बघितली आहेत. मात्र हे कौलांचे म्युझियम कसे असेल याची उत्सुकता होती. क्योतोमधली पारंपारिक घरे, तसेच देवळे, किल्ले यांच्या कौलांचे निरीक्षण मी नेहमी करते. त्यात वेगळेपणा नक्कीच आहे. परंतु ती आता सगळी एका ठिकाणी पाहायला मिळणार होती.

फी १००० येन प्रत्येकी होती. मला जरा ती इतर म्युझियमच्या मानाने जास्त महाग वाटली. रिसेप्शन वरील जपानी बाईने आम्हाला एक माहिती पत्रक दिले. त्यामध्ये म्युझियमची माहिती आणि इतिहास लिहिलेला होता. म्युझियम कसे बघायचे आणि कुठे फोटो काढायचे नाहीत ते त्या बाईने आम्हाला सांगितले. पहिल्या मजल्यावर गेलो तिथे खोली मधले फोटो काढायला बंदी होती. खोली बाहेर 'ओनिगावारा' म्हणजे राक्षसांचे वेगवेगळे मुखवटे ठेवले होते. हे मुखवटे कौलारू घरच्यावर जिथून कौले सुरू होतात त्या ठिकाणी लावतात. हा मुखवटा वाईट शक्तींपासून घराचे रक्षण करतो असे मानले जाते. तिथून आत गेल्यावर अनेक प्रकारची कौले ठेवलेली दिसली. कोणत्या काळात, कोणत्या मटेरियल पासून कौल बनवले आहे त्याची माहिती लिहिली होती. इतकी डिझाईन्स मी प्रथमच बघत होते. केवळ जपानच नाही तर इतर देश

जसे की थायलंड, मलेशिया, चीन तसेच युरोपीय देश त्यात फ्रान्स, इटली, जर्मनी अशा अनेक देशांनी पूर्वी तयार केलेली कौले तिथे संग्रहित केली होती. माझी नजर भारताचे नाव शोधत होती. परंतु कुठेही भारताचे नाव किंवा कौले दिसली नाहीत. मन जरा हिरमुसले. एक एक डिझाइन बघत आणि त्याबद्दल वाचत आम्ही पूर्ण म्युझियम साधारण २५ मिनिटांत बघितले. तिथून जो बाहेर जायचा रस्ता होता तिथे कौले करायची भट्टी असे दर्शवणारा बाण होता. आम्ही ती भट्टीही पाहून घेतली.

आता मात्र खूप भूक लागली होती. आम्ही जेवायचे ठरवले. स्टेशनजवळ चांगली रेस्टॉरंट्स होती तिथे आम्ही छानपैकी जेवलो. त्यात शिगा'मधला प्रसिद्ध पदार्थ 'झेनझाइ' (रेड बीन पेस्ट घातलेला गोड पदार्थ), मधोमध चीज घालून उकडलेला बटाटा, राईस ग्रॅटीन (भातामध्ये अनेक भाज्या घालून वरून भरपूर चीज घालून बेक केलेला पदार्थ), मिसो सूप आणि शेवटी आइस्क्रीम असा छानपैकी ताव मारला. मला ओसाकाला परत जायला २ तास तरी लागणार होते. पाऊस सुरू झाला होता म्हणून अधिक वेळ न घालवता मी परतायचे ठरवले. गुरूनाथने मला भरपूर स्ट्रॉबेरीज भेट म्हणून दिल्या. आम्ही निरोप घेतला. मी परत नक्की येईन असे त्याला सांगितले आणि ओसाकाच्या ट्रेनमध्ये चढले.

३२. साकाइचा निरोप घेताना

माझे मंगळवारी पुण्याला परतायचे तिकीट होते. सोमवारी सकाळी मी टिव्हीवर हवामानाचा अंदाज पाहिला तेव्हा कळले की मंगळवारी सकाळी बराच पाऊस असणार होता. माझ्या दोन बॅग्स आणि छत्री इतके सांभाळून मला सकाळी एअरपोर्टवर जाणे अवघड झाले असते. म्हणून मी सोमवारी एक मोठी बॅग एअरपोर्टला नेऊन ठेवायचे ठरवले. म्योदेनला असले की मी यामातो या

कुरिअर सर्विसने बॅग्स एअरपोर्टला एक दिवस आधी पाठवून देते. साकाइपासून कानसाइ एअरपोर्ट, ट्रेनने फक्त अर्धा तास आहे आणि सरळ एअर पोर्टमध्ये ट्रेन शिरते. म्हणून बॅग मी स्वतःच नेऊन ठेवायचे ठरवले. ज्या विंगमधे विमान लागणार असते त्या विंगच्या बॅगेज डिलिव्हरीमधे ठेवले की वेळ वाचतो. जपानला सतत जाऊन आता या गोष्टी मला समजू लागल्या होत्या. थोडे पैसे लागतात पण कष्ट वाचतात. शिवाय एका पर्स शिवाय काही न घेता मोकळ्या हाताने निघता येते. मी सोमवारी कानसाइ एअरपोर्टला बॅग ठेवून रिसिट घेतली. ती दाखवून दुसऱ्या दिवशी आपली बॅग घ्यायची. मग ठरवले की एअरपोर्ट थोडा फिरून पाहावा. मी 'कानसाइ एअरपोर्ट' तसा फिरून कधी पाहिला नव्हता. दिशा दर्शकानुसार मी वरच्या मजल्यावर पोहोचले.

बघते तर समोर चोहीकडे निळाशार समुद्र पसरलेला होता. त्यात दूरवर बोटी दिसत होत्या. कानसाइ हा समुद्रात बांधलेला एअरपोर्ट आहे. टर्मिनलचे क्रमांक स्टील मध्ये लिहिले होते. ते ऊन्हात चमकत होते. त्याच्यापुढे जायला बंदी होती कारण पुढे समुद्र होता. कितीतरी विमाने उड्डाण करताना दिसत होती. इटलीच्या इंजिनिअर्सनी डिझाइन केलेला हा एअरपोर्ट अप्रतिम आहे. अतिशय प्रशस्त, स्वच्छ, मोकळा आणि सगळ्यात महत्त्वाचे म्हणजे कमी वर्दळ असलेला. मी पूर्ण फेरफटका मारला. मग साकाइला परतायचे ठरवले.

एक महिना आणि दोन दिवस इतके माझे राहणे झाले होते. साकुरा अगदी मनसोक्त पाहायला मिळाला होता. अचानक का होईना पण ही संधी मला मिळाली होती. साकाइ तर मला आता माझे गाव वाटू लागले होते. तिथे फुलणारे ते गुलाब, चुबाकी, आणि इतर अनेक फुले! वसंत ऋतूचा इतका अप्रतीम सोहोळा मी पहिल्यांदा अनुभवला होता.

साकाइची सुपर मार्केट्स, कन्व्हेनियन्स स्टोअर्स, रेस्टॉरंट्स, कॅफेटेरिया, ट्राम्स या सगळ्यांची सवय झाली होती. रात्री किती तरी वेळा मी नुसत्या ट्राम बघायला जाऊन बसायचे. येणाऱ्या जाणाऱ्या रंगीबेरंगी ट्राम्स बघायला मला फार आवडते. जपानने कितीही प्रगती केली तरी जुन्या गोष्टी कशा सुरेख

पद्धतीने जपल्या आहेत ह्याची साक्ष ह्या ट्राम्स देतात. हिरोयुकी सेनसेइंनी तर मला सांगून ठेवले होते की यापुढे कधीही ओसाकाला आलीस तर हॉटेल किंवा एअर बी एन बी बुक करू नकोस. सरळ घरी राहायला ये. गेल्या १२ वर्षांची ओळख आता नुसती ओळख राहिली नव्हती. ओसाका, माझे माहेर तर झाले होतेच पण आता माहेरी जाण्यासाठी हक्काचे घर मिळाले होते. माझे कोणते असे ऋणानुबंध आहेत माहीत नाही.

मंगळवारी सकाळी निघताना मी घराला नमस्कार केला. पाऊस सुरू झाला होता. साकाइ स्टेशनची वाट पकडली. तृप्त मनाने घरी जाण्यासाठी..

शरद ऋतूची रंगपंचमी

१. यासाठी केला अट्टाहास

माझ्या मैत्रिणी मला चिडवत असतात की "जपानहून आलीस की परत जायचे तुला वेध लागतात", "हल्ली तू भारतात कमी आणि जपानमधे अधिक असतेस", इत्यादी. त्यांचे टोमणे काही प्रमाणात खरे आहेत. मला शरद ऋतू बघायला जपानला जायचे होते. खरेतर मागच्या वर्षीच्या म्हणजे २०२३ च्या ऑक्टोबरमधे नेलेल्या शैक्षणिक सहलीच्या वेळेस थोडाफार शरद ऋतू अनुभवायला मिळाला होता, परंतु जो पूर्ण बहर असतो तो साधारण नोव्हेंबरच्या शेवटच्या आठवड्यात किंवा डिसेंबरच्या सुरुवातीला असतो. त्यामुळे मी २४ नोव्हेंबर ते ६ डिसेंबर या कालावधीत जायचे ठरवले.

यावेळेस मी आवड्त्या ओसाकाला न जाता प्रथम टोकियोला जायचे असे ठरवले. याला दोन कारणे होती. एकतर माझा विद्यार्थी मोहित म्हसकर, मला कधीपासून बोलावत होता. मागे तो शिझुओकाला असताना त्याच्याकडे जाणे राहून गेले होते. आता तो चिबा येथील 'म्योदेन' (मी नचिकेत आणि

ऐश्वर्याकडे राहिले ते शहर) इथे राहत होता. माझी अजून एक विद्यार्थिनी स्नेहल गद्रे, ही 'निशिकासाइं'ला राहत होती. मला या सगळ्यांना भेटायचे होते आणि दुसरे म्हणजे टोकियोचा शिशिर ऋतू पाहायचा होता. म्हणून मी ६ दिवस टोकियोमध्ये राहणार होते आणि मधले ५ दिवस ओसाकाला जाऊन येणार होते. हिरोयुकी सेनसेइंना भेटणार होतेच आणि माझी लहानपणीची मैत्रीण गौरी देशपांडे, आता ओसाकाला राहात होती तिने मला राहायला बोलावले होते. असे एकंदरीत मला सगळ्यांकडे थोडे थोडे दिवस राहायचे असल्यामुळे मी हॉटेल बुकिंग केले नाही.

मी २४ नोव्हेंबरला 'ॲना' या जपानच्या विमान कंपनीच्या मुंबई - नारिता (टोकियो)' ह्या विमानाचे बुकिंग केले. नारिता एअरपोर्टवर मला घेऊन जायला मोहित येणार असे ठरले. ही फ्लाईट सोयीस्कर आहे. संध्याकाळी मुंबईहून ८ वाजता सुटणारे विमान सकाळी ७:३० वाजता नारिताला पोहोचते. वक्तशीरपणा आणि नैसर्गिक कारणाव्यतिरिक्त यांची सेवा कधीही रद्द होत नाही अशी त्यांची ख्याती आहे. शेवटी जपानी कंपनी असल्यामुळे वेळेच्या बाबतीत काटेकोर आहेत. बाकी कोणत्याही एअर लाइन्सचा भरोसा देता येत नाही. मला आलेले अनुभव विचित्र आहेत म्हणून मी आता जायचे तर 'ॲना'नेच असे ठरवले आहे.

नोव्हेंबर महिन्यात थंडी सुरू होते त्यामुळे मी गरम कपडे बरोबर घेतले होते. नारिताला उतरल्यावर बाहेर येताच थंडीचा कडाका जाणवला. आता पुढचे ११ दिवस या थंडीमध्ये शिशिर ऋतू अनुभवायचा आहे हे मनाशी पक्के केले. चिनारची रंग बदलणारी झाडे बघायची होती. पानांचा रंग हिरवा, पिवळा, केशरी आणि शेवटी लाल भडक असा बदलत जातो तो देखावा बघण्यासाठी हा अट्टाहास मी केला होता. खरेतर ऑगस्ट महिन्यात मी होक्काइदोला जायचे ठरवले होते. परंतु स्लिप डिस्कमुळे मला जवळ जवळ एक महिना, सलग १० मिनिटेही उभे राहता येत नसे. त्यामुळे ते रद्द झाले. मेडिकल सर्टिफिकेट दिल्यावर 'ॲना'ने माझे पूर्ण पैसे परत केले होते. त्यामधून बरी झाले आणि

मी नोव्हेंबरमधे जायचे ठरवले. जपानमधे खूप चालावे लागते त्यामुळे मी सोबत कंबरेचा पट्टा घेतला होता. शरद ऋतू बघायचा इतका अट्टाहास का? असे मी मनाला एकदाही विचारले नाही. जपानला जाताना मला असे प्रश्न पडत नाहीत.

मोहितबरोबर मी म्योदेनला पोहोचले. मोहितचा मावस भाऊ, नचिकेत परांजपे अमेरिकेहून मोहितकडे २ आठवडे राहायला आला होता. तो आमची स्टेशनवर वाट बघत होता. मोहितने आम्हाला उबर टॅक्सी करून दिली आणि तो त्याच्या कामाला निघून गेला. आम्ही घरी आलो आणि दुपारी जेवायला 'सुशी रो' इथे जायचे ठरवले. तिथून आपण योयोगी पार्कला जाऊ असे मी सुचवले.

माझ्या शिशिर ऋतूच्या सहलीला सुरुवात झाली होती.

२. योयोगी पार्कमधील रंगांची उधळण

मी आणि नचिकेत परांजपेने दुपारच्या जेवणासाठी 'सुशी रो' या सुशी रेस्टॉरंटमधे जायचे ठरवले. नचिकेत अमेरिकेत राहात असल्यामुळे त्याला जपानी पद्धतीच्या जेवणाची सवय आहे. आम्ही वेगवेगळ्या सुशी घेतल्या. तसेच वेगवेगळी आइस्क्रीम आणि डेझर्ट पण घेऊन पाहिली. नचिकेत पहिल्यांदाच जपानला आला होता. त्यामुळे त्याने फिरायची ठिकाणे स्वतःहून अशी ठरवली नव्हती. आम्ही दोघांनी मग आज योयोगी पार्कला जायचे ठरवले. २०२३ मध्ये एप्रिल मधल्या शैक्षणिक सहलीच्या वेळेस पाहिलेले योयोगी पार्क, त्यानंतर ऐश्वर्या ढवळे बरोबर त्याच वर्षी मेमधे बघितले होते. ते इतके मोठे आणि विस्तृत आहे की टोकियो शहराच्या मध्यभागी असूनसुद्धा त्याचा वेगळेपणा शहराच्या धकाधकीच्या जीवनापासून विरंगुळा मिळावा यासाठी येणाऱ्या लोकांच्या विसावण्यात दिसतो. मोठमोठाले वृक्ष, मोठमोठाले विस्तीर्ण रस्ते, फुलांचे अनेक ताटवे आणि असंख्य प्रकारची झाडे ही तर

त्याची वैशिष्ट्ये आहेतच परंतु अजून एक आकर्षण म्हणजे त्यामधून जाणारा रस्ता हा 'मेइजि जिंगु' या शिन्तो देवळाकडे जातो. त्यामुळे पर्यटकांचे हे पार्क कायम आकर्षण ठरले आहे.

आम्ही स्टेशनवर उतरून पार्कच्या बाजूच्या रस्त्याने चालू लागलो आणि पाहतो तर काय पार्कच्या बाहेरच्या बाजूस असलेली गिंकगोची झाडे सोनेरी ऊन्हात अजूनच सोनेरी दिसत होती. ते वृक्ष पाहून डोळ्याचे पारणे फिटले. झपझप पावले उचलत आम्ही पार्कमध्ये शिरलो. सगळीकडे चिनारचे वृक्ष हिरवे, गडद लाल आणि केशरी पानांनी नटले होते. हिरव्या शालूने फिरत्या रंगाचे दर्शन द्यावे असे वाटत होते. काही रंग बदलेली दुसरी झाडेही दिसत होती, परंतु चिनार जास्त होते. शिशिर ऋतू मध्ये प्रथम पाने रंग बदलतात आणि नंतर झाडावरून गळून खाली पडतात. बऱ्याच झाडांची पाने खाली पडली होती त्यामुळे तपकिरी, लाल, पिवळे असे अनेक रंग असलेला पाचोळा सर्वत्र पसरला होता. पार्कमध्ये बसायला बाके होती. थोडा वेळ आम्ही विश्रांती घेतली आणि परत झाडे पाहण्यासाठी निघालो. चिनारचे वृक्ष अगदी जवळून बघायची ही अप्रतिम संधी होती. २०२३ च्या ऑक्टोबरमध्ये किबुनेला ट्रेनमधून जात असताना मला चिनारच्या रंगीत पानांना स्पर्श करायचे राहून गेले होते ती इच्छा मी इथे पूर्ण केली.

चिनार वृक्षाची पाने हिरवी, पिवळी, केशरी आणि लाल आशा क्रमाने रंग बदलत जातात. काही झाडांवर सगळ्या रंगांची पाने दिसत होती. काही झाडांनी अजून रंग बदलायला सुरुवात केली नव्हती त्यामुळे मधे मधे असलेली हिरवीगार झाडे रंगाच्या समतोलपणात भर घालत होती आणि उठून दिसत होती. सूर्य पश्चिमेला कलला होता. त्या सोनेरी किरणात पानांचे रंग अजूनच उठून दिसत होते. जपानी लोकं शांतपणे या बदलत्या ऋतूचे स्वागत करत होते. काही दिवसांनी हाडे गोठविणारी थंडी सुरू होणार होती. त्याआधी या ऋतुचा आनंद काही वेगळाच होता. अनेक रंगांची फुले वसंत ऋतूत असतातच परंतु 'अनेक रंगांची पाने आणि त्याने नटलेला निसर्ग' हे जे काही निसर्गाचे रूप आहे ते

अवर्णनीय आहे. आपल्याकडे हिरवी पाने पिवळी किंवा ब्राऊन रंगाची होतात. मात्र पानांचे विविध रंग बघायचे तर ते जपानमधेच! अगदी जांभळी, गुलाबी या रंगांची पानेही दिसतात जणू 'फुलांसारखेच आम्हीही कसे सुंदर आहोत' असे ती सांगत असतात.

योयोगी पार्कमध्ये भरपूर फिरून झाल्यावर आम्ही मेइजि जिंगु (शिन्तो देऊळ) बघायला गेलो. माझी मेइजि जिंगु बघायची ही चौथी वेळ. तरीही दरवेळी काहीतरी नाविन्य जाणवतेच! कंदील, ढोल, शिमेनावा (तांदुळाच्या गवतापासून बनवलेले पवित्र तोरण) हे सुरेख रीतीने सजवले असतात. आज सकाळी भारतातून येऊनसुद्धा मी न थकता सगळीकडे फिरून आले. यात जपानच्या प्रदूषण नसलेल्या हवेचा फार मोठा हातभार आहे.

रात्री आम्ही मेक्सिकन रेस्टॉरंटमधे जेवायचे ठरवले.

३. कावागुचिको

रात्री 'निशिकासाइ' इथे मेक्सिकन जेवण जेवायचे आम्ही ठरवले. मोहित आम्हाला निशिकासाइ स्टेशनवर भेटला त्यानंतर, मोहित, नचिकेत आणि मी, आम्ही मेक्सिकन जेवणावर यथेच्छ ताव मारला. ही ट्रीट मोहितकडून होती हे काही सांगायला नको! रेस्टॉरंटचा अँबियन्स छान होता. जपानी रेस्टॉरंटपेक्षा अगदी वेगळा.

माझी स्नेहल गद्रे ही विद्यार्थिनी निशिकासाइ इथेच राहते. ती मला भेटायला आली. आम्ही दुसऱ्या दिवशी कावागुचिकोला जायचे असे ठरवले.

कावागुचिको हे माउंट फुजीच्या सभोवताली असलेल्या ५ सरोवरांपैकी एक आहे. ते कानागावा या प्रांतात आहे. बरीच चर्चा केल्यानंतर असे ठरले की रेंटल कारने जायचे.

जपानमध्ये एक सोय छान आहे. तुमच्याकडे आंतरराष्ट्रीय चालक परवाना असेल तर तुम्ही कार भाडेतत्त्वावर घेऊन दिवसभरासाठी वापरू शकता. त्यांचे नियम असे आहेत की सकाळी पूर्ण पेट्रोल भरलेली कार ते आपल्याला सोपवतात. संध्याकाळी ८च्या आत वापरलेले पेट्रोल पूर्ण भरून ती कार परत करायची असते. त्यांचे जे काही चार्जेस असतात ते सकाळीच भरायचे असतात.

आम्ही कावागुचिकोला कसे जायचे याची चर्चा केली. त्यात असा निष्कर्ष निघाला की ट्रेनने जाण्यापेक्षा कारने जाणे स्वस्त पडते आहे. हायवेने वेळ तर कमी लागतो आहेच शिवाय निसर्ग सौंदर्यही बघू शकणार आहोत. त्यामुळे आम्ही दुसऱ्या दिवशी सकाळी ७:३० वाजता निशिकासाइला भेटायचे ठरवले. स्टेशनजवळच कारचे रेंटल दुकान होते. कार चालवणार होता नचिकेत परांजपे. त्याच्याकडे आंतरराष्ट्रीय लायसन्स होते.

आम्ही सकाळी ७:३० वाजता निशिकासाइला भेटलो. कार ताब्यात मिळायला फारतर १५ मिनिटे लागली. दुकानातल्या माणसाने बाहेर येऊन चावी सोपवताना कारबद्दल सगळी माहिती थोडक्यात सांगितली. संध्याकाळी ८ वाजता परत करा असे नम्रपणे सांगितले.

आम्ही सहल सुरू केली. जपानच्या काही जागा अशा आहेत जिथे कारने गेले तरच आजूबाजूचे सौंदर्य नीट बघता येते. २०११ मध्ये मी नागानोला कातो सानच्या कारने, २०२३ मध्ये ऐश्वर्या आणि तिच्या शेजारी राहणारे मेहता यांच्या बरोबर रेंटल कारने इझु बेटांवर गेले होते. तो अनुभव अतिशय छान होता आणि मला चांगला लक्षात होता.

थोड्याच वेळात हायवे लागला. जपानचे रस्ते सुरेख आहेतच परंतु हायवे बद्दल काय लिहावे? एकही धक्का बसणार नाही असे अतिशय गुळगुळीत रस्ते! जपानच्या कार तर मूर्ती लहान आणि कीर्ती महान अशाच! पेट्रोल कमी लागते तसेच इंजिनचा अजिबात आवाज नाही. अतिशय आरामदायक. या सगळ्यात आनंदची भर म्हणजे चहूकडे दिसत असलेला रंगीबेरंगी निसर्ग!!

हायवेवर शिस्त पाळणारी वाहने,रस्त्यालगत असणारी छोटी खाण्याची दुकाने, कन्व्हिनियन्स स्टोअर्स,स्वच्छ वॉश रूम्स,आणि शांतता!! कोणत्याही वाहनाचा हॉर्नचा आवाज नाही की धूर नाही. कुठलीही शर्यत नाही की मी कसा पुढे जाईन, मी कसा ओव्हरटेक करेन. इतकी शिस्तबद्धता असेल तर अपघात होऊच शक्त नाहीत. वेगाची मर्यादा पाळणारी वाहने आपल्याकडे कधीतरी बघायला मिळतील का?हा विचार मी मनातून काढून टाकला आणि बाहेरील दृश्ये पाहू लागले. एकामागे एक फारच सुरेख गावे दिसत होती. मधे आम्ही ब्रेकफास्ट करण्यासाठी थांबलो. नंतर मात्र थेट कावागुचिला पोहोचलो.

गर्दी बरीच होती आणि आता आम्हाला कार पार्क करायची होती. आम्ही जागा शोधू लागलो. एका बँकेसमोरच जागा दिसली जिथे पार्किंग तिकीट घ्यायचे होते. तिथे एक गोष्ट समजली की कार जिथे पार्क करायची होती तिच्या मागच्या टायरच्या दिशेला एक दगडाचा इंडिकेटर होता. ज्याला टेकवून कार लावली की आपोआप ती वेळ रेकॉर्ड होत होती. २ तासाचे ७०० येन असे मशीनमध्ये भरायचे होते. ते सगळे सोपस्कार करून आम्ही कावागुचि स्टेशनकडे गेलो. ते एक सुरेख स्टेशन तर होतेच परंतु त्याच्या अगदी समोर माउंट फुजी होता. त्या दिवशी खूप ढग असल्यामुळे त्याचे पूर्ण दर्शन होत नव्हते. मग आम्ही 'कावागुचि को' म्हणजेच माउंट फुजीच्या सभोवताली जी ५ सरोवरे आहेत त्यापैकी एक कावागुचि सरोवर बघायला जायचे ठरवले. कारने जावे लागणार होते. मग आम्ही परत कारने कावागुचि सरोवरा पर्यंत गेलो.

डोळ्यांचे पारणे फेडणारा तो देखावा होता. अतिशय सुबक असे ते गाव होते. सरोवरासमोर एक डोंगर होता. डोंगराच्या कुशीत हॉटेल्स, रेस्टॉरंट्स,कॅफेटेरिया होते. पार्किंगच्या ठिकाणापासून पूर्ण सरोवराला वळसा घालून चालत जाता येणार होते. आम्ही तसे जायचे ठरवले. सरोवराच्या भोवताली बघावा तिकडे लालबुंद झालेला चिनार होता. मधे मधे सोनेरी गिंकगोंची झाडे होती. मला फोटो काढायचे भान राहिले नाही इतकी मी ती झाडे बघण्यात गुंग झाले. स्नेहल, मी आणि नचिकेतने ठरवले की परिसर फिरून पाहायचा. तेवढ्यात

दूरवर केबल कार दिसली. आम्ही त्यातून जायचे ठरवले. उंचावर गेले की सरोवर आणि भोवतालचा पूर्ण परिसर दिसणार होता. केबल कारला जायचा रस्ता चढाचा होता. आधी स्नेहल आणि नचिकेतने वर चढून जाऊन किती वेळ लागणार आहे ही चौकशी केली. याचे कारण की आम्हाला रात्री ८ च्या आत टोकियोला परत जायचे होते. परत जाताना ट्रॅफिक लागू शकला असता. त्यांना सांगण्यात आले की एकूण १ तास केबल कारने जाऊन येऊन आणि तिथे फिरायला असा लागू शकतो. मग आम्ही जायचे ठरवले. तशी खूप गर्दी नव्हती. आमचा नंबर यायला १० मिनिटे लागली. आम्ही केबल कारमध्ये चढलो आणि केबल कार चालू झाली.

मी ह्या आधी हिरोयुकी सेनसेइंबरोबर कोयासानला, नीलमबरोबर हाकोनेला केबल कारने प्रवास केला होता. कोयासान हा गर्द हिरवा डोंगर आहे तर हाकोनेला बर्फ आणि सल्फरच्या वाफा दिसत होत्या. परंतु आता जे दृश्य दिसत होते ते शब्दातीत होते! केबल कार वर-वर जात होती आणि समोर दिसत होते ते कावागुचि सरोवर, त्याच्या संभोवताली निळे गर्द डोंगर, आणि चहूकडे रंगीत झाडे.... त्यात सोनेरी, पिवळा, केशरी, गड्द केशरी, लाल तपकिरी आणि हिरवा असे रंग होते. ती सगळी झाडे होती. डोळ्यावर विश्वासच बसत नव्हता की आपण इतक्या उंचीवर आलो आहोत जिथून माणसे आणि सरोवरातील होड्या खेळण्यातील वाटत होत्या. तुम्ही एकदा तरी जपानमधील शिशिर ऋतूमध्ये येऊन नक्की कावागुचिला या. कायम लक्षात राहातील असे ते क्षण होते. प्रवास फक्त ७ मिनिटांचा होता. तिथल्या डोंगरावर उतरवून केबल कार परत खाली गेली.

आता आम्हाला तो डोंगर फिरून बघायचा होता. समोर माउंट फुजी पसरलेला दिसत होता. परंतु त्याचा वरचा अर्धा भाग पूर्णपणे ढगांनी झाकला गेला होता. पूर्ण दर्शन झाले नाही म्हणून काही जण हिरमुसले होते. अर्थात फुजी दिसला असता तर आनंद द्विगुणित झाला असता तरीही ह्या डोंगरावर काही कमी आनंदाच्या जागा नव्हत्या. त्यात प्रामुख्याने दिसले ते 'सशाचे शिन्तो देऊळ'.

त्याचा देव ससा आहे. जपानमध्ये प्राण्यांना देवाच्या जागी मानतात हे थोडे नवल आहे. आपल्याकडे प्राणी हे देवदेवतांचे वाहन असतात, जसे की उंदीर गणपतीचे वाहन, नंदी शंकराचे. पण कोणत्याही प्राण्याचे देऊळ आपल्याकडे नाही. प्राण्यांना मारून खाणाऱ्या जपानी लोकांनी त्यांची देवळे बांधावीत हा विरोधाभास आहे.

तिथे एक छोटी बाग तसेच कॉफी शॉप ही दिसले. फुजी असलेले समोरचे दृश्य अप्रतिम दिसत होते. जरी त्याचा वरचा भाग दिसत नव्हता तरीही त्याचा परिसर किती प्रचंड पसरलेला आहे ते सहज लक्षात येत होते. फुजीकडे जाणारे छोटे छोटे रस्ते अगदी भातुकली मधले वाटावेत असे छोटे दिसत होते. मधे काही जंगले होती. काही गावे दिसत होती. समोरून असा फुजी पर्वत आत्तापर्यंत पाहिला नव्हता. मनाचे समाधान होत नव्हते. शांत बसून त्याच्याकडे बघत राहावे असे वाटत होते परंतु पर्यटकांच्या वर्दळीमुळे फार आनंद घेता येत नव्हता. तिथे एका ठिकाणी फुजीच्या सभोवताली असलेल्या इतर चार सरोवरांची माहिती लिहिली होती. ती वाचली आणि याच प्रमाणे इतर सरोवरेसुद्धा कधीतरी बघेन असे मनात ठरवले.

आम्हाला आता परत निघायचे होते. केबलकारने उतरून काहीवेळ सरोवराच्या भोवतालचा परिसर फिरून पाहिला आणि टोकियोला जायला कारमध्ये बसलो.

४. स्काय ट्री

नचिकेत परांजपे आणि मी आज आसाकुसाच्या गणपतीला जायचे ठरवले. मागच्या वर्षी मी एकटीने ते देऊळ शोधले होते. त्यामुळे मला वाटत होते की यावेळेस सहज सापडेल. आसाकुसा स्टेशनवर उतरून आम्ही रस्ता चालू लागलो. रस्त्यात आम्हाला एक असे दुकान दिसले ज्याच्याबद्दल मी इंस्टाग्रामवर बरेच व्हिडिओ पाहिले होते. जुने वापरलेले किमोनो फुकट जाऊ

नयेत म्हणून त्यापासून काही वस्तू बनवतात. जशा की पर्स, सँडल, फ्रेम्स, चष्मा ठेवायची केस, इत्यादी. त्या दुकानाच्या दारासमोर पाटी लावली होती की इथे जुने किमोनो विकत घेतले जातील. जपान कोणत्याही वस्तूच्या 'पाच आर'साठी प्रसिद्ध आहे. १. री सायकल २. री यूज ३. री क्रिएट ४. री परपज आणि ५. रीफ्यूज. जुन्या किमोनोपासून वेगळ्या वस्तू बनवणे हे 'री क्रिएट' या स्वरूपात येते. सगळ्याच वस्तू अतिशय सुरेख होत्या. एका काचेच्या कपाटात त्या प्रदर्शनासाठी ठेवल्या होत्या, तसेच त्याखाली किंमती लिहिल्या होत्या. बन्यापैकी महाग होत्या. त्याला मेहनत तितकीच असणार, तसेच सिल्क किमोनो पासून बनवलेल्या होत्या. रेशीम, ते ही जुने रेशीम असल्यामुळे त्याचे मूल्य नक्कीच अधिक असते. ऑनलाईन पाहिलेल्या वस्तू प्रत्यक्ष पाहिल्याचे समाधान मिळाले. पुढे चालत गेलो तर लक्षात आले की आम्ही रस्ता चुकलो आहोत.

नचिकेतने गुगल मॅपवर पाहिले तर समजले की ज्या रस्त्यावर आम्ही होतो त्याच्या समांतर तो रस्ता होता. मग आम्ही रस्ता पार करून परत चालू लागलो. थोड्याच वेळात स्काय ट्री दिसू लागला. तिथे एक सुरेख बाग होती. त्यात अनेक प्राणी आणि पक्षी यांचे धातूंचे पुतळे होते अगदी खरे वाटावेत असे होते ते. शाळा नुकतीच सुटलेली दिसत होती आणि मुले स्वच्छंद खेळत होती. घरी जायला उशीर होत होता पण त्यांना खेळायचे होते. टोकियोमध्ये मी बरेच दिवसांनी अशी मुले खेळताना पाहिली. ओसाकाला बागांमध्ये जितकी लहान मुले दिसतात तितकी टोकियोमध्ये दिसत नाहीत. टोकियोच्या बागांमध्ये वयस्कर लोकं जास्त दिसतात. त्या मुलांना पाहून खूप मजा वाटत होती. काही वेळात आम्ही देवळात पोहोचलो.

दारातच पिवळा जर्द गिंकगो दिसला. अतिशय सुरेख वृक्ष होता तो. ह्या गणपतीच्या देवळात जायची ही माझी दुसरी वेळ होती. हवा तेवढा मुळा कापून परत अर्धा जागेवर ठेवणारी आजी' यावेळी मला आठवली. मी दर्शन घेऊन मुळे ठेवले होते तिथे परत गेले. या वेळेस जाणवलेली गोष्ट म्हणजे

त्या मुळ्यानवर लाल छाप होते. याचा अर्थ ते गणपतीला वाहिलेले आणि तिथून काढून ठेवलेले मुळे असा होता. मागच्या वेळेस असे काही मला दिसले नव्हते. क्दाचित येणाऱ्या लोकांना कळावे हा उद्देश असावा.

आम्ही तिथून मग आसाकुसा स्टेशनच्या इमारतीच्या सगळ्यात वरच्या मजल्यावर गेलो. क्रिसमस आता काहीच दिवसात होता. त्यामुळे सगळीकडे त्याची रोषणाई आणि सजावट केलेली होती. तिथे बसून आम्ही काहीवेळ 'स्काय ट्री'चा सुरेख नजारा पाहिला आणि मग 'स्काय ट्री'ला जायचे ठरवले.

भूक लागली असल्यामुळे आम्ही आधी जेवायचे ठरवले. स्काय ट्री'च्या चौथ्या मजल्यावर फूड कोर्ट आहे. तिथे जगभरातल्या सगळ्या प्रकारचे जेवण मिळते. मला 'थाई' जेवण आवडते म्हणून मी ते घेतले. फार म्हणजे फारच चविष्ट होते. तिथून आम्ही स्काय ट्रीच्या सगळ्यात वरच्या मजल्यावर जायचे ठरवले.

एकूण ४५० मजले असलेला हा स्काय ट्री २०८० मीटर उंच असून जगातला सगळ्यात उंच टॉवर आहे. टोकियो टॉवरच्या तीन पट उंच आहे. ओब्झरवेशन डेक ४४५ ते ४५० या मजल्यांवर आहेत. पर्यटकांचे नेहमीच आकर्षण असलेल्या स्काय ट्रीवर जायची संधी तशी आली नव्हती. आज वेळ होता आणि रात्रीचे टोकियो इतक्या उंचीवरून कसे दिसते ते ही बघायचे होते.

नचिकेतने रांगेत उभे राहून तिकिटे काढली. तिथली व्यवस्था अतिशय पद्धतशीर होती. कर्मचारी अतिशय तत्पर, सगळे कसे नियमबद्ध! माणसांचे लोंढे येत होते परंतु सगळे नियोजन व्यवस्थित असल्यामुळे कुठेही गडबड गोंधळ नव्हता. एकूण ५ लिफ्ट्स होत्या. प्रत्येक लिफ्टसमोर एक एक कर्मचारी उभा होता किंवा उभी होती. एका लिफ्टमधे ३० माणसे सोडत होते. लिफ्ट काही सेकंदात ४४५ व्या मजल्यावर पोहोचली. चहुबाजूला टोकियोचा अप्रतीम नजारा होता. अजून पूर्ण अंधार व्हायचा होता. तरीही इतक्या वरून रेनबो ब्रीज, 'आसाही बियर'ची बिल्डिंग, टोकियो टॉवर अगदी सहज दिसत होता. फुजी पर्वत तर इतका सुरेख दिसत होता की सगळे त्याचा फोटो काढत होते. काल आम्हाला अजिबात दर्शन न झालेला फुजी, आज मात्र दुरून का होईना छान

दिसत होता. अंधार झाला आणि झगमगते टोकियो अजूनच सुरेख दिसू लागले. इतक्या उंचीवरून प्रथमच टोकियो बघत असल्याचा आनंद होत होता. २००८ मधे चालू झालेले याचे बांधकाम २०११च्या भूकंप आणि चुनामीमुळे काही काळ थांबवले गेले आणि २०१२ मध्ये हा बांधून पूर्ण झाला. अतिशय सुरेख बांधकाम असलेला हा टॉवर टोकियो मधल्या काही प्रसारक कंपन्यांबरोबर काम करतो. ह्याच्या पायथ्याशी अनेक दुकाने तसेच रेस्टॉरंट्स आहेत. हे खरेदीचे उत्तम ठिकाण आहे. लहान मुलांनाच नव्हे तर मोठ्या माणसांना आकर्षित करतील अशी दुकाने आहेत.

आम्ही खाली उतरल्यानंतर थोडा वेळ क्रिसमसची रोषणाई पाहिली. नंतर जेवायला जायचे ठरवले.

५. टोकियोहून बसचा प्रवास....

मी काही दिवस ओसाकाला राहायला जाणार होते. एकतर मला क्योतोचा शरद ऋतू पाहायचा होता आणि माझी ओसाकामध्ये राहणारी बालमैत्रीण गौरी मला कधीपासून राहायला यायचा आग्रह करत होती.

मी यावेळेस 'जे आर पास' (जपान रेल्वे पास) किंवा 'कानसाइ पास' (ओसाका, क्योतो, कोबे, नारा, वाकायामा या शहरांसाठीचा सोयीस्कर पास) काही काढला नव्हता. यावेळेस टोकियोपासून ओसाकापर्यंत बसने जायचे ठरवले. यात माझे दोन हेतू होते. एकतर इतका लांबचा प्रवास मी अजूनपर्यंत बसने केला नव्हता जो मला अनुभवायचा होता. तसेच ओसाकाला जाताना बुलेट ट्रेनमधून जसा काही वेळ फुजी पर्वत दिसतो तसाच तो रस्त्याने जाताना दिसतो हे मला माहीत होते. कावागुचिकोला त्याचे न झालेले दर्शन अजून मनातून काही जात नव्हते.

सकाळी मोहित मला टोकियोला बसमध्ये बसवून देण्यासाठी आला. माझे विद्यार्थी मला अशी खूप मदत करतात. त्यामुळे मला कधीच काळजी नसते. ८:१०ची बस होती. त्याचे रिझर्व्हेशन मोहितने ऑनलाइन केले होते. आम्ही वेळेवर पोहोचलो. रांगेमध्ये माणसे उभी होती. आमचे सामान क्रमांकानुसार, बसच्या बाजूच्या कप्प्यात ठेवण्यात आले आणि आम्हाला एक कूपन दिले ज्याचा नंबर बॅगवर लावलेल्या लेबल नुसार होता. म्हणजे उतरल्यावर आपण कूपन दाखवले की तिथला कर्मचारी तो नंबर बघून आपली बॅग आपल्याला देणार अशी पद्धत आहे. हे ओसाकाला गेल्यावर मला कळले. मला आपल्या कोकणात जातानाची बस आठवली. आपणच बरेचदा आपले सामान ठेवतो आणि काढून घेतो.

बस सुटली. आता जवळ जवळ ८ तासांनी मी ओसाकाला पोहोचणार होते. इतक्या कमी दिवसांसाठी आल्यानंतर खरेतर बसने एक पूर्ण दिवस प्रवासात घालवावा हे कोणालाही पटणार नाही. पण मला बसने जाताना लागणारी गावे पाहायची होती. बसचा प्रवास आरामदायी होता. बस दोन मजली होती. माझी सीट वरच्या मजल्यावर होती. जे आर (जपान रेल्वे कंपनी) ची बस होती... सुंदर निळा रंग, चकचकीत आणि अत्यंत सुरक्षित. जसे विमानात असतात तसे बसमधील सीटला बांधायला पट्टे होते. सुंदर पडदे, सुंदर आरामदायी सीट असल्यावर प्रवास किती का दूरचा असेना त्याचा त्रास होत नाही. जपानी लोकं फारशी अशा बसने प्रवास करत नाहीत. लांब पल्ल्याच्या बस बहुदा परदेशी लोकांसाठीच असाव्यात. 'जे आर'ने ती काळजी नेहमीच घेतली आहे. केवळ ट्रेन्स नाहीत तर 'जे आर'च्या बसेसही सगळीकडे असतात. इतकेच नाही तर त्यांच्या लाँचही आहेत. एकदा 'जे आर पास' काढला की तुम्ही तो दाखवून सर्व वाहन सेवांनी प्रवास करू शकता.

बसमधे फार काही माणसे नव्हती. बस चालकाने बस सुटताना एक सूचना दिली की बस दर २ तासाने १० मिनिटे थांबेल. जसे आपल्या हायवेवर फूड मॉल असतात तसे जपानला पण असणार. मला ते बघायचे होते. मी त्याच

खुशीत होते की उतरून मी काही मस्तपैकी खाईन. पण १० मिनिटे हा फार कमी वेळ होता. जपानच्या बससुद्धा वेळ पाळतात ते माहीत होते. बस 'मारू नो उची' (टोकियो स्टेशन समोरील भाग), शिंजुकु, इत्यादी भागातून फिरून हायवेला लागली आणि एक तासाभरातच 'तो' दिसला. अगदी डोळ्याचे पारणे फिटावे असे त्याचे ते रूप! पांढरा शुभ्र बर्फ साठलेला तो फुजी निळ्याभोर आकाशाच्या पार्श्वभूमीवर आणि हिरव्यागार शेतांच्या मधे दिसत होता. निसर्गाचे ते रूप पाहून डोळे पाणावले. बस वेगात होती परंतु तो दूर असल्यामुळे बरोबरच येत होता.

मधे काही छोटी गावे लागली. छोटी घरे, शेते, हिरवळ, झाडांची छोटी राने आणि या सगळ्यांच्या पलीकडे महाकाय पर्वत फुजी! इतक्या जवळून दिसेल अशी कल्पनाही नव्हती. मागच्या वर्षी ट्रेनमधून जाताना 'ओदावारा स्टेशन' नंतर ३- ४ मिनिटे काय तो दिसला होता, तेव्हा काय अप्रूप वाटले होते मला! आता जवळ जवळ १ तास मी त्याला बघत होते. मी ज्या बाजूला बसले होते त्याच बाजूला तो अखंड दिसत होता. मधेच त्यावर एक छोटासा ढग आला आणि त्या ढगाची सावली त्या बर्फावर पडली. जणू काही नजर लागू नये म्हणून काळी तीट! काही वेळाने तो ढग बाजूला झाला आणि परत नितळ फुजी दिसू लागला.

फुजीच्या पायथ्याशी छोटी गावे होती. त्यांना तर रोजच त्याचे दर्शन होत असणार. पहिला फूड मॉल आला होता. आम्हाला उतरताना बस चालकाने जपानी आणि इंग्लिशमध्ये लिहिलेली पाटी दाखवली त्यावर बस १०:२०ला सुटेल असे लिहिले होते. म्हणजे १० मिनिटांत परत यायचे होते. खूप मोठा फूड मॉल होता तो. समोर दिसणारा फुजी आणि बाजूला हिरवी शेते असा मॉल मला फारच आवडला. आतमध्ये टुरिस्ट बसून खात पित होते. तिथे एक कन्व्हिनियन्स स्टोअर होते. त्यात शिरले. तिथे मी 'ताइयाकी' (रेड बीन पेस्ट घालून केलेला पदार्थ ज्याला ताइ नावाच्या माशाचा आकार दिलेला असतो आणि जो मला खूप आवडतो तो) घेतला आणि एक हॅम सँडविच घेतले. या

सगळ्यात १० मिनिटे संपत आली होती. त्यामुळे मी बसमधे चढले. पुढच्या २ मॉल्समधे मात्र मी काही गेले नाही. मधेच थोडी झोप ही लागली होती. जाग आली तेव्हा बसने ओसाकामध्ये प्रवेश केला होता. 3:30 वाजले होते. जपानमधल्या माझ्या ह्या माहेरच्या नुसत्या आठवणीने मला आनंद होतो. आता मी यावर्षी ७ महिन्यानंतर ओसाकाला आले होते. गौरी, हिरोयुकी सेनसेइ यांना भेटणार होते. क्योतोचा, चिनारचा रंग सोहोळा बघणार होते. बसमधून उतरून मी नांबाच्या दिशेने निघाले.

६. हामादेरा पार्क आणि गुलाब

हिरोयुकी सेनसेइ सकाळी त्यांच्या कंपनीमधे गेले आणि मी माझे सगळे आवरून हामादेरा पार्कला जायचे ठरवले. आज रात्री मी गौरीकडे राहायला जाणार होते ते मी सेनसेइंना सांगितले होते.

हामादेरा पार्कमध्ये मी याच वर्षीच्या मार्चमध्ये गेले तेव्हा पहिला साकुरा पाहिला होता. आता रंगीत झाडे बघायला मिळतील या विचाराने मी तिथे गेले. रंगीत झाडे तर नव्हती परंतु अतिशय सुरेख गुलाबाची फुले मला दिसली आणि आठवले की हे पार्क गुलाबांसाठीही प्रसिद्ध आहे. इथे ५०० प्रकारचे गुलाब आहेत. वेगवेगळ्या देशातून आणलेले गुलाब आहेत. प्रत्येक वाफा वेगवेगळ्या गुलाबाने सजला होता. किती रंग आणि किती प्रकार! मी आत्तापर्यंत काश्मीरला गुलाब पाहिले आहेत, तसेच मुंबईमध्ये गुलाबाची प्रदर्शने होतात तीसुद्धा पाहिली आहेत. मात्र इतके वेगवेगळे प्रकार प्रथमच बघत होते. मला सगळ्यात आवडला तो केशरी आणि पिवळा जर्द गुलाब. लाल गुलाबाची शान काही वेगळीच होती. आकाराने तर मोठा होताच शिवाय त्याची जास्त रोपे होती. तिथे मला एक माळी काम करताना दिसला. प्रत्येक झाडाकडे जाऊन तपासणी करत होता. झाडांची काळजी घेणे हे सोपे काम नाही. जशी

आपण मुलांची काळजी घेतो तशीच झाडांची काळजी घ्यावी लागते. नुसते पाणी आणि खत घातले की काम झाले असे नसते. मी एक एक रोप बघत पुढे जात होते. सगळ्या रंगांचे गुलाब होते. त्यात मला एक फिक्कट जांभळा गुलाब दिसला.* हे रूप वेगळेच होते. निरभ्र निळेभोर आकाश आणि त्याच्या पार्श्वभूमीवर हे रंगीत गुलाब. मन अगदी प्रसन्न झाले. हलका वारा सुटला होता आणि कानावर जपानी गाणे आले. काही तरुण मुले त्या बागेत प्रॅक्टिस करत होती. जपानी पारंपारिक पद्धतीचे ते संगीत होते. कानांना फार गोड वाटत होते. कितीतरी वेळ मी ते संगीत ऐकण्यासाठी गुलाब बघण्याच्या निमित्ताने तिथे घुटमळत होते.

या पार्कमध्ये जवळजवळ ६००० गुलाबाची झाडे आहेत. जपानमधील गुलाबाचे अतिशय प्राचीन प्रकार सुद्धा इथे जतन केले आहेत. प्रत्येक रोपावर नाव, ते कधी लावले, इत्यादी माहिती लिहिली होती. मी जवळ जवळ २ तास या पार्कमध्ये होते. नंतर मी देवी रेस्टॉरंट'मध्ये जेवायला जायचे ठरवले.

देवीं'मध्ये मी माझी आवडती नेपाळी थाळी घेतली. आता देवी मधले सगळेजण मला ओळखतात. मी परत जेवायला आल्याचा त्यांना आनंद झाला होता. त्यांचा निरोप घेऊन मी ओसाकाला जायला निघाले. गौरी 'उमेदा स्काय'च्या (उमेदा मधली ४० मजली बिल्डिंग) मागेच राहते. उमेदा स्टेशनवर ती मला न्यायला आली होती. आम्ही आधी तिच्या घरी गेलो. मग आम्ही रात्री बाहेर जेवायला जायचे ठरवले.

७. रात्रीचे वेड लावणारे ओसाका आणि जपानी जेवण

गौरी आदल्या दिवशी अमेरिकेहून तिच्या मुलाकडून आली होती. खरेतर मला तिने खूप आग्रह केला त्यामुळे मी तिच्याकडे एक रात्र जायचे ठरवले.

गौरीचे पती जपानी कंपनीमध्ये कामाला आहेत. त्या कंपनीने त्यांना सर्व्हिस अपार्टमेंट दिले आहे. फारच सुरेख घर आहे तिचे... प्रशस्त आणि जपानी! जपानी अशासाठी म्हटले की लाकडाचे काम, जपानी दिवे, तोकोनोमा (जपानी देवघर) जिथे बसून जपानी पद्धतीने चहा प्यायचा असतो, सगळ्या अत्याधुनिक सोयींनी युक्त असे स्वयंपाक घर, ३ मोठ्या झोपायच्या खोल्या. मला तर फार आवडले घर! त्यात एक आपलेपणा वाटत होता.

प्रत्येक घराचे एक वैशिष्ट्य असते. काही घरात तुम्ही अगदी स्वतःच्या घरात असल्या सारखे वावरू शकता. अर्थात त्यासाठी त्या घरातल्या माणसांचा स्वभावही तसा अगत्यशील असावा लागतो. गौरीचे पती अगदी मनमिळावू आहेत. आम्ही जेवायला बाहेर जायचे ठरवले. ओसाका स्टेशनच्या बाहेर योदोबाशी कॅमेऱ्याची भली मोठी इमारत आहे त्याच्या सातव्या मजल्यावर आम्हाला जायचे होते. उमेदा स्टेशन हे ओसाकाचे दक्षिणबाजूला असलेले स्टेशन आहे. उत्तरेला ओसाका आहे.

घरातून निघाल्यावर सगळीकडे टोलेजंग इमारती दिसू लागल्या. त्यात बरीचशी ऑफिसेस होती तर काही हॉटेल्स आणि रेस्टॉरंट्स होती. त्यांच्या मोठमोठ्या काचेच्या खिडक्या, रात्रीच्या अंधारात उजळलेले त्यातले दिवे, रस्त्याच्या कडेने रांगेत असलेल्या गिंकगो झाडांची सोनेरी झालेली पाने त्यावर लावलेल्या दिव्यांच्या माळा, वाऱ्याने पाने हलत असल्यामुळे लुकलुकणारे ते दिवे, ओसाका स्टेशनवरील माणसांची लगबग, तरुणांचे चिवचिवाट, कॅफेटेरियामधून येणारा कॉफीचा सुवास आणि वाजणारी थंडी... मला रात्रीचे ओसाका खूप आवडते. हे अनुभवण्यासाठी मी अनेक वेळा स्टेशनवरील स्टार बक्समध्ये एकटीच बसले आहे. गौरी बरोबर जात असताना आमच्या ओसाकाबद्दल गप्पा होत होत्या. ओसाका मोठे शहर असून सुद्धा त्यातील लोकांच्या वागण्यात एक आपलेपणा आहे. गौरी ज्या अपार्टमेंटमधे राहते तिथे काम करणारे

कर्मचारी आदबशीर आणि कामात तत्पर आहेत. गौरीला आणि तिच्या यजमानांना जपानी येत नसूनही त्यांना कधीही कोणत्याही गोष्टीत त्रास होत नाही. तिला जपान आवडू लागले ते ओसाका मधील लोकांच्या स्वभावामुळे. मला ते ऐकून छान वाटले. आम्ही बोलता बोलता योदोबाशी कॅमेऱ्याच्या इमारतीपाशी आलो.

जेवायला जिथे गेलो ते नाबे न्योरी (मोठ्या पॉट मध्ये शिजवलेले अन्न) चे रेस्टॉरंट होते. भरपूर भाज्या, सूप आणि मासे असे वेटरेसने आणून ठेवले. एका हॉट प्लेटवर मोठे भांडे ठेवले होते. त्यात सगळे पदार्थ घालून त्याला उक्की आणायची आणि मग आपल्याला हवे तसे त्यातून काढून घेऊन खायचे. जपानी पदार्थांची एक खासियत अशी की जे पदार्थ गरम गरम खायचे असतात त्यात सूप असतेच. मग ते रामेन असो की सोबा नूडल्स, उदोन असो की आताची ही पॉट न्योरी. त्यामुळे खाताना घन पदार्थांबरोबर भरपूर द्रव पदार्थ घेतले जातात आणि मग पाणी प्यायची गरज भासत नाही. तरीही जपानी लोकं असे पदार्थ खाताना साके (राईस वाइन), किंवा इतर पेय पित असतात. पाणी मात्र कमी पितात. जेवण फार चविष्ट होते. त्याच्या सोबतीला आम्ही सॅलड आणि चिकन विंग्स घेतले.

रात्री घरी आलो तर गौरीला थोडे थकायला झाले होते. खरेतर मी आणि ती दुसऱ्या दिवशी कुठेतरी फिरायला जायचे असे ठरवले होते परंतु तिला आराम करायला सांगून मी एकटी जायचे ठरवले. क्योतोचा ऑटम मला बघायचा होता. कुठे जायचे काही ठरवले नव्हते. उद्या ठरवेन असे मनाशी म्हणत झोपेच्या आधीन झाले.

८. क्योतोचे निनना जी

सकाळी उठून मी सगळ्यांसाठी पोहे केले. गौरी तापामुळे झोपली होती. त्यामुळे मी संध्याकाळी येईन असे तिच्या यजमानांना सांगून बाहेर पडले. क्योतोला जाण्यासाठी ओसाका स्टेशनकडे निघाले. सकाळ फार प्रसन्न आणि सुखद होती. उमेदा स्कायची बिल्डिंग अतिशय सुरेख दिसत होती. सकाळच्या उन्हात गिंकगोची झाडे काल रात्रीपेक्षा सुरेख दिसत होती.

ओसाका स्टेशनवरून क्योतोला जायचे ठरवले.

जे आर क्योतो स्टेशन बाहेरचा बस स्टॉप आता माझा बऱ्यापैकी पाठ झाला होता. कोणत्या नंबरची बस कुठे जाते हे आता मला माहीत झाले होते. किंकाकुजी, कियोमिझुदेरा, आराशियामा सगळीकडे जाणाऱ्या बसेसना प्रचंड गर्दी होती. मला गर्दी असलेल्या ठिकाणी अजिबात जायचे नव्हते. मी एक बस स्टॉप बघितला जिथे कोणीही नव्हते. अगदी रिकामा होता. मी पाटी वाचली. त्यावर लिहिले होते 'निनना जी' म्हणजे बुद्धिस्ट देऊळ असणार. किती लांब असेल बरं? तिथे उभ्या असलेल्या बसच्या कर्मचाऱ्याला मी निनना जी'बद्दल विचारले. त्याने जाऊन येऊन दीड तास आणि देऊळ बघायला साधारण एक तास लागेल असे सांगितले. मी जायचे ठरवले. बसमधे फार गर्दी नव्हती.

बस जात असलेला रस्ता नेहमीचा नव्हता. बस-थांबे सुद्धा वेगळ्या नावाचे दिसत होते. क्योतोला मी आता जवळ जवळ १४/१५ वेळा आले असेन. तरीही पूर्ण क्योतो काही पाहून झाले नाही याची मला कल्पना आहे. निसर्गरम्य क्योतोने मनात असे काही स्थान केले आहे की परत परत आकर्षणाने यावे असे वाटते. संपूर्ण क्योतो शरद ऋतुच्या रंगानी रंगले होते. लाल, केशरी, पिवळी, चॉकलेटी रंगांची पाने असलेली झाडे रस्त्याच्या दुतर्फा दिसत होती. पानगळ सुरू व्हायला अजून सुरुवात झाली नव्हती. मी अगदी योग्य वेळी आले होते. बरोब्बर ४५ मिनिटांनी निनना जीं'चा स्टॉप आला. बस मधील सगळेच उतरलो.

देवळाचे प्रवेशद्वार खूप मोठे आणि सुरेख आहे. बस स्टॉपच्या अगदी समोरच आहे. तुम्ही आत शिरलात की डावीकडे तिकीटघर आहे.

मी तिकीट घेऊन निघाले. समोरचा रस्ता प्रशस्त आणि दोन्ही बाजूला चिनारची झाडे असलेला होता. झाडांनी रंग बदलले होते. काही केशरी झाली होती तर काही पिवळी, काही लालबुंद तर काही अजून हिरवी होती. मन हरखून जाईल असा तो नजारा होता. जपानी माणसे थोडी फार दिसत होती. परंतु गर्दी अजिबात नव्हती. इ.स. ८८८ मध्ये बांधलेले हे देऊळ मोठा परिसर, अनेक देवळे, पाच मजली पॅगोडा यांनी युक्त असून युनेस्कोने जाहीर केलेला जागतिक वारसा आहे. राजघराण्याशी या देवळाचे नाते आहे. देवळाचे एकंदर स्वरूप पाहता खूप श्रीमंत देऊळ दिसत होते. मुख्य देऊळ तर सोन्याच्या वर्खाने सजले आहे. आजूबाजूचा परिसर चिनारच्या वृक्षांनी रंगीत झाला होता. किती रंग असावेत! काही तर शब्दात व्यक्त करता येणार नाहीत अशा छटा होत्या. किरमिजी, लाल बुंद, फिक्कट केशरी आणि चिनारच्या पानांचा तो असामान्य आकार! शिशिराचे स्वागत करावे तर असे. शिशिराचा उत्सव साजरा करावा तर असा. पानगळ होते हा विचार उदास करणारा आहे. शेवटाला सामोरे जाताना जगाला आनंद देऊन जावे ही शिकवण निसर्ग आपल्याला देत असतो.

निनना जींचा मुख्य हॉल प्रचंड मोठा होता. त्याचे केवळ दरवाजेच नाही तर कंदीलही सोन्याच्या वर्खाने रंगवले होते.

मी देवळाच्या पाठीमागे गेले तिथे मला 'शोरो' म्हणजे बेल टॉवर म्हणजेच घंटा ठेवलेला मनोरा दिसला. फार सुरेख आणि आतापर्यंत असा न पाहिलेला होता. केशरी रंगाचा तो मनोरा लाकडाचे कोरीव काम केलेला आहे. त्यातील घंटा बुद्ध भिक्षूंना उठवणे, एकत्र करणे, जेवायची वेळ सांगणे यासाठी आणि इतर सण असतील तेव्हा वाजवली जाते. मी त्या समोर माझा फोटो काढून घेतला.

साधारण एक तास मी सर्वत्र फिरून देऊळ पाहिले. दर्शन घेऊन बाहेर आल्यावर मला तहान लागली म्हणून एका वेंडिंग मशीनकडे गेले तर तिथे मला 'एमा' म्हणजेच लाकडाच्या पाट्या दिसल्या. त्यावर आपली इच्छा लिहून तिथे त्या दोऱ्याने बांधायच्या असतात. आतापर्यंत मी जवळपास १५/२० देवळांना भेट

दिली आहे परंतु कुठेही एमा वर लिहिले नाही. आज का कोणाजाणे मला लिहावेसे वाटले. तिथे २०० येन ठेवून तुम्ही ती लाकडाची पाटी घेऊ शक्ता. तिथे पेन ठेवलेले असते त्याने लिहून ती पट्टी तिथे बांधू शकता.

तासभर फिरणे झाले होते. थोडे दमायला झाले होते. तिथे एक पेय घेऊन मी थोडी विश्रांती घेतली. क्योतोहून निघून मी गौरीकडे गेले. तिला बरे वाटले होते म्हणून ती आणि मी काही खरेदीसाठी बाहेर पडलो.

मोहित आणि त्याचा भाऊ नचिकेत परांजपे आज ओसाकाला आले होते.

आज संध्याकाळी आम्ही बिंदू रेस्टॉरंटमध्ये जेवणासाठी भेटणार होतो. मोहितला हिरोयुकी सेनसेइंना कृतज्ञता व्यक्त करण्यासाठी ट्रीट द्यायची होती. आम्ही कधीपासून ते ठरवले होते. आज जवळ जवळ ४ वर्षांनी आमची इच्छा पूर्ण होत होती.

९. बिंदूची पाणीपुरी आणि नचिकेतचा कॅमेरा

आम्ही सगळ्यांनी बिंदूला संध्याकाळी ७:३० वाजता जमायचे ठरवले. हिरोयुकी सेनसेइ कामावरून येणार होते. मी, माझ्या मागील पुस्तकात बिंदू रेस्टॉरंटबद्दल लिहिले आहेच. मला तिथे जाताना मागच्या वेळेस घेतलेला आल्याचा चहा आठवत होता. हिरोयुकी सेनसेइंना चिकन आवडते परंतु मोहित शाकाहारी असल्यामुळे आम्ही या वेळेस सगळे शाकाहारी पदार्थ घ्यायचे ठरवले होते. सगळे वेळेवर आले आणि आम्ही ऑर्डर दिली. त्यात पाणीपुरी, डाळवडा, सॅलड, रोटी, पनीरची भाजी, वेज पुलाव असे सगळे शाकाहारी पदार्थ होते. पाणीपुरी रेस्टॉरंटमध्ये खाणे हा खरेतर पाणीपुरीचा अपमान करणेच आहे. बिंदूमध्ये आम्ही ऑर्डर केल्यावर तर फक्त ४ पुऱ्या आणि अगदी निमुळत्या

वाटीत थोडे पाणी आले. आम्ही ते सगळे सेनसेइना दिले. त्या पाणीपुरीचे पाणी अजिबात तिखट नव्हते. साहजिक आहे, जपानी जिभेला आपल्या पाणीपुरीचे पाणी सहन होणे शक्य नाही. सेनसेइ पुण्यात राहिले आहेत, तसेच जेव्हा ते पुण्यात येतात तेव्हा आम्ही त्यांना भेळ, पाणीपुरी, इत्यादी पदार्थ खाण्यासाठी घेऊन जातो त्यामुळे त्यांना आपल्या कडील चवीची जाणीव आहे. बऱ्याच जपानी लोकांना भारतात राहून इथल्या पदार्थांची आवड निर्माण होते. आपले मसालेदार पदार्थ त्यांना आवडू लागतात. आपला चहासुद्धा त्यांना आवडू लागतो.

आम्ही गप्पागोष्टी करत होतो एवढ्यात नचिकेतने एक काळा गॉगल काढून डोळ्यांवर लावला. आम्हाला कळेना की इतक्या संध्याकाळी ते सुद्धा रेस्टॉरंटच्या आतमध्ये त्याने गॉगल का बरं लावला असेल? आम्ही विचारल्या नंतर कळले की त्या गॉगलच्या डाव्या बाजूला वरच्या बाजूस एक छोटासा कॅमेरा आहे. त्याने आपण फोटो आणि व्हिडिओ काढू शकतो. आम्ही सगळे थक्क झालो. असाही कॅमेरा असतो हे माहीत नव्हते. गॉगल घातला की कोणाला कळणार नाही की कोण फोटो काढत आहे. पण त्यात एक फायदा असा असतो की हात मोकळे राहतात. मला माझे कितीतरी असे प्रसंग आठवले जेव्हा मी फोनच्या कॅमेऱ्याने फोटो काढू शकले नव्हते. केबल कार असो की रोप वे मला नेहमी कसरत करावी लागते. शिवाय फोटो नीट येईल की नाही या नादात समोरचे दृश्य मनसोक्त बघायचे राहून जाते. त्यामुळे मला तो गॉगल फारच आवडला. नचिकेतने तो अमेरिकेत घेतला होता. जपानमध्ये नक्कीच असणार याची खात्री होती. सद्ध्या तरी तो विकत घ्यायचा विचार मी बाजूला ठेवला आणि खाण्यावर लक्ष केंद्रित केले. सेनसेइसुद्धा असा गॉगल पहिल्यांदाच बघत होते. त्यांनाही तो आवडला. तंत्रज्ञानाची कमाल होती ती. आपण त्या गॉगलच्या कॅमेऱ्याला कमांड देऊ शकतो. आपल्याला हव्या तितक्या सेकंदाचा व्हिडिओ तो काढतो. जेवून झाल्यावर आम्ही साकाइला निघालो. उद्या रविवार होता. सेनसेइ म्हणाले क्योतोला जाऊ. कुठे ते मात्र त्यांनी सांगितले नाही.

उद्या नक्कीच छान काही पाहायला मिळणार होते.

१०. तौफुकुजी आणि शाकाहारी जेवण

क्योतोला जायचं तर मी नेहमीच खूष असते. तसेच सेनसेइ एकदा गेलेल्या जागी मला परत कधीच नेत नाहीत हा गेल्या दोन वर्षांचा माझा अनुभव आहे. त्यामुळे नक्की कुठली तरी नवीन जागा असणार या विचारानेच मी अधिक खूष होते. ते क्योतो म्हणाले मग पुढे मी काही विचारले नाही. कालच निन्ना जी पाहून आल्यानंतर क्योतो कुठेही सुरेख नटलेले असणार याची खात्री होती मला.

आम्ही सकाळी १०:१५ची 'क्योबाशि'ला जाणारी ट्रेन पकडली. सेनसेइ म्हणाले, "केइहान लाइन्नने आपल्याला तौफुकुजी स्टेशनला जायचे आहे. प्रवास मोठा आहे. जागा मिळाली तर बसून घे."

मला काही वेळाने जागा मिळाली.

क्योतोमध्ये ट्रेन शिरली आणि रंगीत डोंगरांची रांग दिसू लागली. जणू डोंगर रंगीत चादर घेऊन पहुडले होते. त्याच्या जोडीला सुबक बैठी कौलारू घरे, बांबूची मधेच दिसणारी बने, छोटी शिन्तो देवळे, मधूनच वाहणाऱ्या स्वच्छ नद्या आणि हिरवी शेते! क्योतोचे वेगळेपण त्याच्या जपलेल्या परंपरेत आणि संस्कृतीत आहे. ती घरांच्या रचनेत, छोट्या गावात ठायी ठायी दिसते.

तौफुकुजी स्टेशन आले आणि आम्ही उतरलो. स्टेशन लहान होते आणि गर्दी प्रचंड होती. उतरल्यावर सेनसेइंनी सांगितले, "तौफुकुजी बघायला जात आहोत." मी हे नाव पहिल्यांदाच ऐकत होते. पण 'जी' म्हणजे बुद्धिस्ट देऊळ हे मला माहीत होते. जरा वेळ मिळाला की मी त्यांना माहिती विचारणार होते.

स्टेशनपासून चालत साधारण ७/८ मिनिटांनी आम्ही तौफुकुजीच्या आवारात पोहोचलो. मी आवार अशासाठी म्हटले कारण देऊळ बरेच पुढे होते. देवळापर्यंतचा रस्ता दोन्ही बाजूने चिनारच्या लालबुंद झाडांनी सजला होता. डोळ्याचे पारणे फिटवणारा तो नजारा होता. चालत असलेल्या रस्त्यावर जेव्हा तुमच्या डोक्यावर रंगीबेरंगी पाने असलेली झाडे छत्रछाया धरतात तेव्हा त्या झाडांचे आभार मानावे तितके कमीच. भर उन्हातसुद्धा उन्हाची झळ लागत नाही, शिवाय नेत्रसुख मिळते ते वेगळेच. आम्हाला पोहोचायला १२:३० वाजले होते.

पहिले एक देऊळ लागले. त्याचे नाव सेनसेइंनी 'दौजु इन' असे सांगितले. अतिशय सुबक सुंदर बुद्धाचे देऊळ होते ते! सेनसेइंनी त्यांच्यासाठी आणि माझ्यासाठी लाकडाच्या पट्ट्या विकत घेतल्या. आतला बुद्ध इतका सुरेख होता की पाहात राहावे! त्या पट्टीवर आपले नाव लिहून ती तिथे असलेल्या होम कुंडात अर्पण करायची होती. ही पद्धत जरा वेगळी होती. आतापर्यंत एकतर पट्टीवर आपली इच्छा लिहितात किंवा जपानीमध्ये काही शुभेच्छा लिहिलेल्या लाकडाच्या पट्ट्या विकत मिळतात याचा अनुभव मी घेतला होता. यावेळी तुमचे नाव लिहून ती पट्टी तिथे अर्पण करायची होती. सेनसेइंना मी त्याबद्दल विचारले तेव्हा कळले की ह्या पट्ट्यांना 'सोएगोमा' असे म्हणतात, म्हणजे होम पूजा करताना वापरले जाणारे लहान लाकडाचे तुकडे.

या होम कुंडात वापरल्या जाणाऱ्या 'सोएगोमा'वर, पूजा करणाऱ्याची किंवा सहभागी व्यक्तींची मनोकामना, पूजा करण्यामागचा उद्देश किंवा कारण लिहिलेले असते. हे लाकूड होमाच्या अग्निकुंडात टाकले जाते. बुद्ध (फुदो म्योओ) यांचे बोधाक्षर असते आणि त्याखाली इच्छुक व्यक्तीची मनोकामना किंवा नाव लिहिले जाते. हे लाकूड अग्नीत अर्पण केल्याने, त्या व्यक्तीच्या इच्छा शुद्ध होऊन पूर्ण व्हाव्यात असा हेतू असतो. मला बरीच माहिती मिळाली होती.

देवळाच्या बाजूलाच खाण्याचे स्टॉल्स होते. त्यापैकी एका स्टॉलकडे सेनसेइ गेले. ते म्हणाले, "एक वाजत आला आहे, आता जेवून घेऊ." मी मान डोलावली. आम्ही समोरच्या बाकावर बसलो. सेनसेइंनी सांगितले की त्या देवळाच्या पाठीमागे जे शेत आहे तिथे उगवलेले मुळे, भाज्या इत्यादी वापरून इथे जेवण बनवले जाते. हे बुद्ध धर्माचे देऊळ असल्यामुळे हे पूर्ण शाकाहारी जेवण असते. मला खूप आनंद झाला. आत्तापर्यंत मी याबद्दल फक्त ऐकले होते की बुद्धाच्या देवळात शाकाहारी जेवण दिले जाते. मी एकटी किंवा सेनसेइं सोबत ज्या बुद्ध देवळांत गेले होते तिथे जेवणाचा योग कधी आला नव्हता. पण आता मात्र तो योग आला होता. समोरच्या जपानी बायका पटापट जेवण तयार करून ते बाऊलमध्ये भरून गि-हाईकांना देत होत्या. आम्ही घेतलेल्या जेवणात भाजीच्या रसात शिजवून उकडलेला मुळा, किसलेला गाजर, (चिनारच्या केशरी रंगाशी अगदी मिळता जुळता रंग) पांढरे तीळ, तोफू वापरून केलेले पॉकेट (तोफूची छोटी छोटी पॉकेट्स करून ती तळतात, फार सुरेख लागतात) आणि दुस-या बाऊलमध्ये भरपूर उकडलेल्या भाज्या जसे की मशरूम, वांगे, काही पालेभाज्या घालून केलेले उदोन नूडल्स होते. त्या रंगीबेरंगी भाज्या पाहूनच शरद ऋतू असल्याची जाणीव होत होती. अतिशय चविष्ट आणि स्वादिष्ट जेवण जेवून आम्ही मुख्य देवळाकडे निघालो.

११. आगळे वेगळे तोफुकुजी

तोफुकुजी हे बुद्ध मंदिर अनेक मंदिरांचा समूह आहे. 'कामाकुरा' काळात (११८५-१३३३) बांधले गेलेल्या ह्या मंदिरास पूर्ण होण्यासाठी तब्बल १९ वर्ष

लागली. या मंदिराचे अनेक भाग आहेत. मुख्य मंदिरात जी बुद्धाची मूर्ती आहे त्याचे दर्शन बाहेरून घेता येते. देवळाच्या प्रांगणातील चिनारचे जवळ जवळ २००० वृक्ष लावलेल्या बागा मुख्यतः शरद ऋतूसाठी प्रसिद्ध आहेत. वाहणारी नदी आणि चिनार वृक्ष पाहायला हजारो पर्यटक शरद ऋतूमध्ये गर्दी करतात. नदीवर असलेल्या ब्रीजचे नाव 'त्सुतेनक्यो' आहे. हा २७ मीटर लांबीचा लाकडी पूल असून त्यावर लाकडानचे छत आहे. ह्या पुलावर खूप गर्दी होती. कारण होते दोन्ही बाजूला दिसणारी रंगीत चिनारची झाडे! गर्दीमुळे नीट फोटो काढता येत नव्हतेच शिवाय झाडे ही नीट दिसत नव्हती. लोकांचे फोटो काढून होईपर्यंत मी थांबले. मग जशी जागा मिळाली तसे बाहेरील सुरेख दृश्य पाहून घेतले. शरद ऋतूमध्ये या पुलावरून जे दृश्य दिसते त्याचे वर्णन 'ढगांच्या समुद्रासारखी दिसणारी चिनारची पाने' असे केले आहे. मी त्या दृश्याचा आनंद घेत होते तोपर्यंत सेनसेइ बरेच पुढे निघून गेले होते. मी त्यांना गाठले आणि पाहते तर समोर एक 'टी गार्डन' होते.

त्याचे तिकीट घेऊन आम्ही आत शिरलो. प्रत्येक वळणावर रंगीत चिनार वृक्ष होते. चिनारची, पिवळी, सोनेरी, लालबुंद पाने त्या बागेच्या सौंदर्यात भर घालत होतीच शिवाय टी हाऊस समोरील दृश्य बघताना जपानी सौंदर्यदृष्टीची कल्पना येत होती. लाकूड, पाणी, दगड, झाडे या सगळ्या नैसर्गिक गोष्टींचा वापर करून बाग कशी तयार करावी याचे उत्तम उदाहरण म्हणजे 'जपानी टी गार्डन'! तुम्ही तातामी (जपानी चटई) वर बसून समोरील शांत आनंददायक दृश्य मनात साठवत असता. निसर्गाचे ते आगळे वेगळे रूप बघत असताना ती बाग ज्या प्रकारे तयार केली आहे त्याचे कौतुक तर वाटतेच शिवाय मन भारावले जाते. त्या शांततेमुळे तुम्हाला बाहेरील जगाचा विसर पडतो. तुमच्या असलेल्या नसलेल्या दुःखांचा, त्रास होणाऱ्या गोष्टींचा, क्लेशदायक आठवणींचा विसर पडतो. इतकी ताकद त्या रचनेमध्ये आहे. नीरव शांतता, समोर दिसणारी रंगीत चिनारची झाडे, तातामीचा स्पर्श या सगळ्यामुळे जणू काही देवळात बसलो आहोत असे वाटू लागते. तिथून उठावे असे वाटत नाही. लाकडाच्या शेजारील चौकटीमधून एक पिवळे जर्द चिनारचे झाड दिसत होते. मंद वाऱ्यावर त्याची

पाने हलत होती. लाकडाच्या चौकटीमधून दिसणारी झाडे अप्रतीम दिसतील अशी त्यांची रचना केली होती. काही वेळाने सेनसेइ उठले तशी मी ही उठले. अजून बरेच फिरून बघायचे होते. आम्ही बाहेर पडून ती पूर्ण बाग बघायची असे ठरवले.

बाहेरील बाजूस वर जाणारा एक चढवाचा रस्ता होता. दगडी पायऱ्या होत्या. बरेच चढून गेल्यावर तिथे एक छोटे देऊळ दिसले. तिथून खाली पूर्ण जंगल रंगीत दिसत होते. मधे मधे हिरवी झाडे होती. काही फळांची झाडे होती. सेनसेइ इकेबाना करतात त्यात वापरतात अशी काही झुडुपे आणि फळे दिसली. त्याची नावे सेनसेइंनी मला सांगितली. एक होते 'सेन्यो' आणि दुसरे होते 'मान्यो'.चेरी सारखी छोटी फळे होती आणि ती गुच्छात होती. अतिशय महाग असे हे फळ असते. त्याचा खाण्यासाठी नाही तर फुलांच्या रचनेसाठी वापर करतात. सेनसेइ सोबत असले की जपान मधल्या फुलांची, झाडांची चांगली माहिती मिळते. माझ्या नावे काही लक्षात राहात नाहीत. मला परत त्यांना विचारावे लागते.

तिथून आम्ही मुख्य देवळाकडे गेलो. ज्यातील बुद्धाची मूर्ती पाहायला रांग होती. रांगेच्या डाव्या बाजूला 'कारे सान सुइ'म्हणजे रॉक गार्डन होते आणि उजव्या बाजूला तलावातील बाग होती. तलावात काही चिनारची रंगीत पाने पडली होती. रांग हळूहळू पुढे सरकत होती. शेवटी आमचा क्रमांक आला. मी आत पाहिले तर बुद्धाची सुरेख मूर्ती होती. छतावर ड्रॅगनचे चित्र रंगवले होते. सुरेख मोठा हॉल होता तो!

मग आम्ही दुसरी मोठी बाग बघायचे ठरवले, जिथे शेकडो चिनार वृक्ष होते. गर्दी तर होतीच परंतु खरा शरद ऋतू बघायचा तर हीच संधी होती. आतापर्यंत बघितली नव्हती इतकी चिनारची झाडे होती. तिथून जायला जो रस्ता होता तिथे टप्प्या टप्प्यावर काही जपानी स्वयंसेवक उभे होते. ते लोकांना जपानी भाषेतून सूचना देत होते. "एका ठिकाणी गर्दी करू नका", "पायऱ्या बघून उतरा", "गर्दीमधे ढकलू नका", इत्यादी. अरुंद दगडी पायवाटा आणि दगडी

पायऱ्या होत्या. दोन्ही बाजूने चिनार होते. ती बाग बघायला साधारण २० मिनिटे लागली. नंतर आम्ही एका मोठ्या पटांगणात आलो. तिथे समोरच मंदिराची घंटा ठेवतात तो मनोरा दिसला. केशरी रंगाचा मनोरा चिनार वृक्षांना साजेसा दिसत होता.

'तोफुकुजी' हे नाव कसे पडले ते सेनसेईंनी सांगितले. नारा येथे 'तोदाइजी' हे बुद्धाचे देऊळ आहे त्याचा 'तो' म्हणजे 'पूर्व' आणि दुसरे देऊळ 'कोफुकुजी' मधला 'फुकु' म्हणजे 'भाग्य' असे मिळून तयार झालेले नाव 'तोफुकुजी'. एके काळी या मंदिरात एका वेळी ८० पुजारी होते म्हणे. खूप मोठे विस्तीर्ण पटांगण त्यात वेगवेगळी देवळे, मंडप, बाग दिसण्यासाठी बांधलेला मनोरा इत्यादी होते. सर्व बघायला खूप उशीर झाला असता. आता ३ वाजून गेले होते. एका कॉफी शॉपमध्ये कॉफी घेऊन मग आम्ही घरी परतायचे ठरवले.

मला उद्या टोकियोला जायचे होते. ओसाका मधले हे ४ दिवस कसे पाखरासारखे उडून गेले. उद्या मी नोझोमिने (सगळ्यात जलद बुलेट ट्रेन) जायचे ठरवले होते.

१२. नोझोमी आणि रेखा काकूंची भेट

सकाळी सेनसेइ नेहमीप्रमाणे ८:३० ला कंपनीमध्ये जायला निघाले. मी चावी पोस्ट बॉक्समध्ये ठेवून १० वाजता निघणार होते. शिनओसाकाला जाऊन मी नोझोमीचे तिकीट काढले. रिझर्व्ह सीटचे मिळून १७००० येन झाले. नोझोमी सगळ्यात फास्ट बुलेट ट्रेन आहे. ओसाकाहून दोन तास वीस मिनिटांत टोकियोला पोहोचते. नोझोमीमध्ये बसायची ही माझी दुसरी वेळ होती. २००८ मध्ये जपान फाउंडेशनने आम्हाला सगळीकडे नोझोमीने फिरवले होते त्याची मला आठवण झाली. त्यावेळी अगदी पहिल्यांदा जपानमध्ये प्रवास करत असल्यामुळे बुलेट ट्रेन्सबद्दल फारशी माहिती नव्हती. परंतु गेल्या काही

वर्षात जे आर पासमुळे मी अनेक प्रकारच्या बुलेट ट्रेन्समधून प्रवास केला. एक वेग सोडला तर बाकी बुलेट ट्रेन्स आणि नोझोमीमधे काही फरक नाही. नोझोमीचे तिकीट मात्र बाकीच्या बुलेट ट्रेन्सपेक्षा जास्त आहे. नोझोमीपेक्षाही मला साकुरा बुलेट ट्रेन अधिक आवडते. मागच्या वर्षी क्युशु बेटावर जाताना २ वेळा मी त्यातून प्रवास केला होता.

टोकियो आले होते. टोकियोहून मी म्योदेनला गेले. रात्री नचिकेत परांजपे आणि मी एका इटालियन रेस्टॉरंट मध्ये गेलो. उद्या नचिकेत अमेरिकेला परत जाणार होता आणि त्यानंतर मी भारतात. मला उद्या योगी सान यांच्याकडे माझे दुसरे पुस्तक द्यायला जायचे होते.

दुसऱ्या दिवशी संध्याकाळी मी रेखाकाकू (योगी सान यांच्या मातोश्री) यांना भेटायला कासाइला गेले. मोहितही ऑफिसमधून तिथे आला.

रेखाकाकूंनी त्यांच्या शेफला सांगून आम्हाला मस्तपैकी बटाटेवडे तर दिलेच शिवाय मला योगी सान यांनी लिहिलेले पुस्तक भेट दिले. मी सुद्धा माझे दुसरे पुस्तक. 'ऋणानुबंध पूर्वेचा भाग २' त्यांना दिले. आमच्या खूप गप्पा झाल्या मग आम्ही निघालो. मला दुसऱ्या दिवशी पुण्याला यायला निघायचे होते. शरद ऋतूमध्ये जपानला यायचे स्वप्न पूर्ण झाले होते.

म्योदेनहून सकाळी निघून मी नारिता एअरपोर्टवर पोहोचले आणि अनपेक्षितपणे मला अनु (अनुपमा टिळक) आणि तिचे यजमान भेटले. ते दोघेही माझ्याच फ्लाईट मध्ये होते. आमच्या जपानबद्दल खूप गप्पा झाल्या.

विमानाने आकाशात भरारी घेतली.

ऑगस्ट महिन्यात माझे यायचे रद्द झाले होते. त्यावेळेस मी होक्काइद्दोला जाणार होते. शरद ऋतूमध्ये यायचे असे तेव्हा काही ठरवले नव्हते. मात्र नोव्हेंबर अखेरीस येऊन शरद ऋतू पाहिला. जपान कोणत्याही ऋतूमध्ये सुरेखच आहे. परंतु प्रत्येक ऋतूचा एक वेगळेपणा असतो. मी याच वर्षी पूर्ण

एक महिना वसंत ऋतू पाहिला होता. मला दोन्ही ऋतुंमध्ये शरद ऋतू अतिशय आवडला.

फुले हा माझा जिव्हाळ्याचा विषय आहे. साकुरा असो की इतर फुले माझे मन त्यात रमते. परंतु शरद ऋतूने दाखवलेले पानांचे सौंदर्य काही वेगळेच होते. पानांकडे पाहायचा दृष्टिकोनच बदलला होता माझा! फुलांकडे पाहाताना त्यांची पाने पाहायचे आपण विसरतो. पानांचे किती प्रकार असतात. परंतु सगळे हिरवे असल्यामुळे त्यात निरीक्षण ते काय करायचे असे मला वाटायचे. मात्र शरद ऋतूतील रंगीत पाने पाहून निसर्गाच्या ह्या अजून एका निर्मितीचा आनंद घेता येतो हे कळले. मी झाडावरून खाली पडलेली अनेक पाने गोळा करून जपून ठेवली आहेत. त्यात चिनारची लाल पिवळी, गिंकगोची सोनेरी पाने इतकेच नव्हे तर साकुराची लाल झालेली पाने ही जपून ठेवली आहेत.

फुलांना सुगंध असतो तसाच वाळलेल्या पानांचाही एक दरवळ असतो. किबुनेमध्ये थोडाफार पाहिलेला शरद ऋतू यावर्षी मात्र पूर्णपणे पाहिल्याच्या समाधानात मी जपान सोडले होते.

होक्काइदो साप्पोरो

१. साप्पोरो

माझे जपानी भाषेमध्ये एम.ए. झाले आहे. आता मला पी.एच.डी. करायची आहे. ते जपानमध्ये करायचे असे मी ठरवले आहे. त्यासाठी मी काही कॉलेजेसना भेट द्यायचे ठरवले. हल्ली मेल पाठवून विचारणा करता येते तरीसुद्धा प्रोफेसरना प्रत्यक्ष भेटून बोलणे, ज्या ठिकाणी मला २ वर्ष राहायचे आहे तिथली भौगोलिक परिस्थिती बघणे हे मला गरजेचे वाटते. माझा विद्यार्थी ऋषिकेश गलगली हा होक्काइदोची राजधानी साप्पोरो येथे त्याच्या विषयात पी.एच.डी. करण्यासाठी मागच्या वर्षी ओसाकाहून साप्पोरोला गेला. त्याने माझ्यासाठी त्याच्या युनिव्हर्सिटीमध्ये चौकशी केली आणि मला सांगितले की तुम्ही येऊन प्रत्यक्ष पहा. जपानच्या ज्या जागा मला बघायच्या आहेत त्यात साप्पोरो फार पूर्वीपासून आणि सगळ्यात वरच्या क्रमांकावर होते.

२०२५ च्या फेब्रुवारी महिन्यात मी जायचे ठरवले. याला दोन कारणे होती. एक तर होक्काइदो हे जपानच्या उत्तरेला असलेले बेट आहे. आपल्या काश्मीर

सारखाच तिथे वर्षातले ८ महिने बर्फ असतो. अशा परिस्थितीत आपल्याला कसे राहता येईल हे मला बघायचे होते. शिवाय फेब्रुवारीमध्ये साप्पोरोचा 'स्नो फेस्टिवल' असतो जो मला पाहायचा होता. मी २०२४ च्या डिसेंबर महिन्यात माझ्या ओळखीच्या एका ट्रॅव्हल एजंटकडे काही कारणाने गेले असताना साप्पोरोचा अगदी सहज विषय निघाला आणि स्नो फेस्टिवलच्या दरम्यान 'ऑना' ह्या जपानच्या विमान कंपनीचे तिकीट फार स्वस्त असल्याचे कळले. तसेही मला साप्पोरोला जायचे असल्यामुळे मी त्यांना माझे तिकीट काढायला सांगितले. ऑगस्ट महिन्यात मला ऑनाबद्दल एक माहिती कळली होती की जर ऑनाचे आंतरदेशीय तिकीट काढले आणि त्याच्या पुढे लगेच आंतरराज्यीय प्रवास असेल तर साप्पोरोपर्यंत विनामूल्य सेवा होती. तिकीट काढताना हे माझे सांगायचे राहिले. नंतर ती सेवा उपलब्ध नाही असे त्या एजंटकडून मला सांगितले गेले. नारिता एअरपोर्टवरून साप्पोरोला जायचे तर थेट फ्लाईट नसते. नारिता एअरपोर्टवरून आधी हानेदा या दुसऱ्या एअरपोर्टला जावे लागते. तिथून साप्पोरोची फ्लाईट घ्यावी लागते.

ऑनाची फ्लाईट हानेदा एअरपोर्टवरून उपलब्ध होती त्याचे तिकीट काढायचे असे ठरले. त्या तिकिटाचे पैसे देऊन झाले. मला मुंबई-नारिता, नारिता-हानेदा, हानेदा-साप्पोरो असा प्रवास करायचा होता. हानेदा-साप्पोरोचे तिकीट मला पाठवले नव्हते त्याबद्दल मी त्या एजंटला आठवण केली. बऱ्याच मेसेजेस नंतर त्याने ते तिकीट मला पाठवलं. (जे तिकीट ग्राह्य धरले जाणार नव्हते हे मला नंतर कळले.)

फेब्रुवारीची ४ ते ९ तारीख ठरली होती. बऱ्याच तासांचा प्रवास असल्यामुळे मी एक दिवस आधी मुंबईला अदितीकडे जाऊन राहायचे ठरवले.

वेब चेक इन करताना लक्षात आले की हानेदा ते साप्पोरोचे तिकीट चुकीचे होते. तो मला धक्काच होता. तिकीट काढलेल्या एजंटला फोन करून योग्य तिकीट मिळेपर्यंत फार मनःस्ताप झाला. शेवटी योग्य तिकीट मिळाले.

मी नारिताला सकाळी साडेसातला पोहोचल्यानंतर आधी बस बुकिंग केले. नारिता ते हानेदा दर १ तासाने बसेस असतात. जायला दीड तास लागतो. माझ्या पुढच्या फ्लाईटसाठी जवळ जवळ ६ तास होते.

हानेदा विमानतळावर यायची ही माझी दुसरी वेळ होती. २०२३ च्या फेब्रुवारीमध्ये मी आले होते. तेव्हा विमानतळ फारसा पहायला मिळाला नव्हता. नारिताच्या मानाने हा विमानतळ लहान आहे. मी थोडेफार खाऊन घेतले. पोहोचायला संध्याकाळचे ५ वाजणार होते. जपानच्या काही भागात बर्फाची अतिवृष्टी होत होती. त्यामुळे काही विमान उड्डाणे बर्फाच्या वादळामुळे रद्द होत असल्याच्या सूचना येत होत्या. हाकोदाते हे होक्काइदोचे दुसरे शहर आहे जिथली बरीच उड्डाणे रद्द झाली होती. माझे फ्लाईट वेळेवर आहे असे नोटीस बोर्डवर दिसत होते.

'बर्फ भरपूर पडला आहे' असा ऋषिकेशचा मेसेज होता. तो मला चितोसे (साप्पोरो विमानतळाचे नाव) येथे न्यायला येणार होता.

बर्फ असलेल्या प्रदेशात जायचे तर वेगळी तयारी करावी लागते. नुसते गरम कपडे बरोबर घेऊन चालत नाही तर बर्फात चालण्यायोग्य बूटही गरजेचे असतात. तापमान शून्य डिग्रीच्या खाली असते. अशा परिस्थितीत ४/५ दिवस का होईना पण स्वतःला नीट सांभाळणे आणि आजारी न पडू देणे हे महत्त्वाचे होते. माझी फ्लाईट वेळेनुसार निघाली. मी ५:३० वाजता चितोसे विमानतळावर पोहोचले. बाहेर पाहते तर रात्रीचे ९ वाजले असावेत असा अंधार होता. विमानातून उतरण्याआधी गरम कपडे चढवले.

खूप पर्यटक असल्यामुळे विमानतळावरून बाहेर पडायला बराच वेळ लागला. ऋषिकेश माझी वाट बघत होताच. मी प्रथमच इतका मोठा प्रवास सलग केला होता. मला अमेरिका किंवा ऑस्ट्रेलिया येथे जाणाऱ्या लोकांचे खरंच कौतुक वाटते. इतका मोठा प्रवास कसा करत असतील?

ऋषिकेश भेटल्यानंतर मी पहिले काम केले ते म्हणजे माझे बूट बदलले. बाहेर पडल्यावर बर्फ असणार होता त्यामुळे ते गरजेचे होते. आम्ही आधी

घरी जायचे ठरवले. चितोसेहून ट्रेनने साप्पोरो स्टेशनला जायला ४५ मिनिटे लागली. तिथून बसने घरी जायचे होते.

संध्याकाळचे ७ वाजले होते. साप्पोरो स्टेशन फारच सुरेख आहे. स्टेशनबाहेरची सगळी झाडे पांढ‌ऱ्या शुभ्र छोट्या दिव्यांनी सजली होती. ओसाका स्टेशनवर मी शरद ऋतूमध्ये सोनेरी छोटे दिवे झाडांवर पाहिले होते ते त्या ऋतूला साजेसे होते. आता हे दिवे शुभ्र बर्फाला साजेसे होते. रांगेत उभी असलेली सगळी झाडे पांढ‌ऱ्या शुभ्र दिव्यांनी उजळून निघाली होती. रस्त्यावर सगळीकडे बर्फ साचला होता. पाय बर्फात रुतत होते. नेहमीचे बूट का चालणार नव्हते ते आता लक्षात आले. कारण ते बर्फामुळे ओले झाले असते. शिवाय या बूटांचे तळभाग कणखर असल्यामुळे चालताना पायांना पकड घेता येत होती. तरीही थोडेफार घसरायला होत होते कारण मला बर्फात चालायची सवय नाही. ऋषिकेश मला कुठे निसरडा बर्फ आहे इत्यादी सांगून फार काळजी घेऊन सोबत करत होता. आम्ही बस स्टॉपपाशी पोहोचलो. रस्त्यात बुलेट ट्रेनचे काम चालू झालेले दिसले. साप्पोरोमध्ये अजूनही बुलेट ट्रेन नाही. साहजिक आहे. इतक्या बर्फाच्या प्रदेशात बुलेट ट्रेन चालू करणे काही सोपे काम नाही. बर्फ पडायला सुरुवात झाली होती. आम्ही रेनकोट चढवले तेवढ्यात बस आली. साप्पोरोमध्ये आल्याचा आनंद तर मला झालाच होता. उद्यापासून साप्पोरो पाहायचे ठरले.

२. ओओदोओरी

संध्याकाळी घरी पोहोचल्यावर सगळे आवरून आम्ही परत बाहेर पडलो. जेवायला जाण्याआधी 'साप्पोरोचा ओओदोओरी हा गजबजलेला भाग पाहू या' असे ऋषिकेशने सुचवले.

'ओओदोओरी'चा अर्थ मोठा रस्ता. ओओदोओरी हा मोठा रस्ता तर आहेच शिवाय ओओदोओरी हे मोठे पार्क ही आहे. दीड किलोमीटर पर्यंत पसरलेला हा रस्ता १३ भागांमध्ये विभागला आहे. त्याला 'चोमे' असे म्हणतात. त्याचा अर्थ 'सिटी ब्लॉक किंवा डिस्ट्रिक्ट' असा होतो. इथे 'क्रमांक १ चोमे'पासून 'क्रमांक १३ चोमे'पर्यंत ओओदोओरी पसरलेला आहे. प्रत्येक चोमे झेब्रा क्रॉसिंगने पार करावे लागते. प्रत्येक चोमेमध्ये काही ना काही पाहाण्यायोग्य तर आहेच शिवाय मोठमोठी गार्डन्स आहेत. त्यात 'स्नो फेस्टिवल'साठी तर सगळ्यात मोठी बाग राखून ठेवण्यात आली आहे. हा ओओदोओरी जसा जमिनीवर आहे तसाच तो जमिनीखालीही आहे. म्हणजेच तुम्ही जमिनीखाली '१ चोमेपासून' ते '१३ चोमेपर्यंत' चालत जाऊ शकता. वर बर्फ आणि थंडी असल्यामुळे आम्ही जमिनीखालून जायचे ठरवले.

प्रत्येक स्टेशनची काही ना काही वैशिष्ट्ये असते. तसेच हे साप्पोरो स्टेशन. ओओदोओरी चालायला सुरुवात केली आणि लक्षात आले की तिथे खांबांवर हाती केलेल्या भरतकामाचे नमुने लावले होते. प्राचीन काळातील कला दिसत होती. फारच सुरेख नमुने होते ते! काही ठिकाणी बसण्याची सोयही केलेली होती. तसेच एक दोन ठिकाणी दगडी टेबल होते ज्यावर टच स्क्रीन गेम्स होते. तुम्ही तिथे बसल्या बसल्या गेम्स खेळू शकता. फारच आकर्षक होते ते! काही ठिकाणी कॉफी शॉप्स होती. भुयारी रस्त्याने चालताना माझी नजर वर गेली आणि पाहते तर छतामधील काचांमधून दिव्यांची आरास केलेली झाडे दिसत होती. अतिशय सुरेख नजारा होता तो! आजच मोठा प्रवास करून आल्यामुळे ऋषिकेशच्या मते पूर्ण रस्ता न बघता उरलेला उद्या बघावा असे ठरले. तसेही दुसऱ्या दिवशी आम्ही स्नो फेस्टिवल पाहायला ओओदोओरी पार्कमध्ये जाणारच होतो.

आम्ही परत फिरलो आणि जेवायला जायचे ठरवले. होक्काइदो हे मुख्यतः दूध, क्रीम, चीज यासाठी प्रसिद्ध आहे. जपानच्या होनशु या मुख्य बेटापेक्षा इथले खाण्याचे पदार्थ वेगळे असणार याची कल्पना मला होती. आम्ही रामेन

खायला जायचे ठरवले. ऋषिकेश हा शाकाहारी असल्यामुळे त्याला योग्य जागा माहीत होत्या. आम्ही ज्याठिकाणी गेलो तिथे शाकाहारी रामेन करून देत होते. रामेन हा नूडल्सचा प्रकार आहे. त्यात भरपूर भाज्या, अंडे, पोर्क, मसाले आणि सूप असते. बाऊल खूप मोठे असते. मी अनेक वेळा रामेन खाल्ले आहे. मात्र थंडीत गरमागरम रामेन खायची मजा काही औरच!

परंतु इथे समोर आलेले रामेन काही वेगळेच होते. त्यात सूप नव्हते. मी ऋषिकेशला विचारले तेव्हा त्याने सांगितले की ह्याला 'आबुरा सोबा' असे म्हणतात. ह्यात नेहमी असतो तसा ब्रॉथ नसून नुडल्समधे कोवळे छोटे बांबू, सी वीड (समुद्र शेवाळ), पालेभाज्या, इत्यादी असते. मी मागवलेले आबुरा सोबा अतिशय चविष्ट होते. त्यात कांद्याची पात बारीक चिरून, लसूण बारीक चिरून, उकडलेले अंडे, तिळाचे तेल आणि तीळ, सोया सॉस हे सगळे पदार्थ होते. मला नेहमीच्या रामेनपेक्षा हे आवडले. एकतर नेहमी रामेनमधे मिळणारे सूप सगळे प्यायले जात नाही. खूप होते ते आणि बरेचदा टाकणं जीवावर येते. हा पर्याय खूप चांगला होता. जेवताना उद्या कुठे जायचे ह्याचा बेत आम्ही केला आणि जेवून थंडीत बाहेर पडलो. उद्या 'हिल ऑफ बुद्ध' बघायला जायचे होते.

३. हिल ऑफ बुद्ध

सकाळी उठून बाहेर पाहते तर काय! सगळीकडे बर्फ साचला होता. घराबाजूला ३ फूट तरी हिमवर्षाव झाला होता. घरांच्या छपरावर, पार्क केलेल्या मोटारींवर सगळीकडे पांढराशुभ्र बर्फ साचला होता. हे लोकं कसे काय या थंडीत बाहेर पडून कामे करत असतील? आज उणे ५ तापमान होते. शून्य डिग्रीपेक्षा कमी असलेल्या तापमानात यायची ही माझी पहिलीच वेळ होती. गरम कपडे, बर्फातील ग्लोव्हज, बूट, इत्यादी घालून आम्ही बाहेर पडलो. रस्त्यातून चालताना जिथे काचेसारखा बर्फ दिसत होता तिथे जपून पाय ठेवावा लागत

होता. कारण तो निसरडा बर्फ होता. आम्ही चालत बस स्टॉपपाशी आलो. तिथल्या बस एक-एक तासाने होत्या. साप्पोरो हे राजधानीचे शहर असले तरीही इतर मोठी शहरे जसे की टोकियो,ओसाका,योकोहामा यांच्या तुलनेमध्ये इथे बसेसच्या फेऱ्या कमी होत्या. थोडक्यात जर बस चुकली तर पुढचा एक तास थांबावे लागले असते. मी माझ्या चालीने जलद चालत होते आणि दूरून बस येताना दिसली. बसमधे चढणारी माणसे बरीच होती त्यामुळे मी बस गाठू शकले. सोबत ऋषिकेश होता. आम्हाला साप्पोरो स्टेशनला म्हणजे शेवटच्या स्टॉपवर उतरायचे होते.

बसमधे फारशी गर्दी नव्हती. बसायला जागा मिळाली. माझे बाहेर लक्ष गेले तर झाडांवर,रस्त्याच्या कडेने,इमारतींवर सगळीकडे बर्फ साचलेला दिसत होता. काही ठिकाणी रस्त्यावरील बर्फ काढायचे काम चालू होते. बर्फाच्या प्रदेशात असल्याची जाणीव काही वेगळीच होती. पांढराशुभ्र बर्फ दिसत तर छान होता, पण अशा थंडीमधे राहणे किंवा काम करणे किती कठीण असावे! स्टेशन आले होते. आम्हाला साप्पोरोहून ट्रेन पकडून जायचे होते. 'नानबोकू लाइन'ने आम्हाला 'माको मानाइ' स्टेशनपर्यंत जायचे होते. हे स्टेशन पर्वतावर आहे. ट्रेन पर्वतावर चढू लागली, आणि बर्फाने आच्छादलेले सूचीपर्णी वृक्ष आणि बांबू दिसू लागले. एका बाजूला छोटी छोटी गावे दिसत होती. त्यांची कौलारू घरे बर्फाने आच्छादलेली होती. रस्ते सुद्धा पांढरे शुभ्र होते. मधूनच एखादी मोटार जात होती. दूरवर बर्फाच्छादित डोंगर दिसत होता. ऋषिकेश म्हणाला, "आपल्याला त्याच डोंगरावर जायचे आहे." मी खरंच त्या निसर्ग सौंदर्याने थक्क झाले होते. हिरवीगार झाडे त्यावर शुभ्र बर्फ. कुठेही कचरा नाही, प्लॅस्टिक नाही, सगळे कसे अगदी चित्रातल्या सारखे. सुरेख चित्र पाहतो आहे असे वाटत होते. छोटी छोटी स्टेशन्स घेत ट्रेन चढावर चढत होती. आम्ही उतरायचे स्टेशन आले. उतरल्यावर माझे लक्ष ट्रेनकडे गेले. नीट पाहिल्यावर कळले की अगदी बर्फाला साजेसा पांढरा शुभ्र रंग आणि ट्रेनचा आकार सुद्धा आत्तापर्यंत पाहिलेल्या ट्रेन्सपेक्षा थोडा वेगळा आणि गुळगुळीत होता. मी पटकन एक-दोन फोटो काढले.

आम्ही स्टेशन बाहेर पडलो. आम्हाला बुद्ध देवळात जाण्यासाठी 'ताकिनो' येथे जायचे होते. १०६ किंवा १०८ क्रमांकाची बस ताकिनोला जाते. बसने २० मिनिटे लागतात. आम्ही बसमधे चढलो आणि परत डोंगरावरील प्रवासाला सुरूवात झाली. मला २०२३ मधील हाकोनेचा बस प्रवास आठवला. फरक इतकाच होता की आता बर्फ पडत नव्हता आणि छान सकाळ होती. सुरेख निळेभोर आभाळ आणि आजूबाजूचा पांढरा शुभ्र बर्फ. पांढऱ्या रंगात एक स्वच्छपणा आहे, एक पवित्रता आहे आणि शांतता सुद्धा. मन कसे शांत होते. बर्फाची शीतलता मनापर्यंत पोहोचत होती.

उतरायचा स्टॉप शेवटचा होता. उतरण्याआधी काही दगडाच्या मूर्ती दिसल्या. त्याबद्दल नंतर समजले की ती थडगी आहेत. त्यांना 'ईस्टर आयलंड मोआई हेड' म्हणतात. एका दगडात कोरलेली पाय नसलेली माणसांची ४० शिल्पे आहेत. हे स्मशान आहे. जपानमध्ये बुद्धाचे देऊळ असो की शिन्तो धर्माचे देऊळ असो त्याच्या बाजूला दफनभूमी असते. आम्ही उतरलो त्या बसस्टॉपच्या मागे मुख्य ऑफिस होते. तिथे काही शिल्पे मांडलेली होती. तसेच बुद्धाची मूर्ती ज्याने कोरली आणि संपूर्ण मंदिर बनवले त्या 'तादाओ आंदो' या जपानी स्थापत्य कलाकाराची माहिती लिहिली होती. शिवाय त्या मंदिराची माहिती होती. आंदो याचा जन्म १९४२ मध्ये ओसाका इथे झाला. अनेक स्थापत्य इमारती त्याने बनवलेल्या आहेत. ही बुद्धाची मूर्ती वरून उघडी आहे. दूरून दिसताना फक्त बुद्धाचे डोके दिसते. त्या डोंगरावर १,५०,००० लवेंडरची झाडे लावली आहेत ज्यामुळे वसंत ऋतूमध्ये पूर्ण जांभळी शेते पसरलेली दिसतात. आता मात्र सगळीकडे बर्फ होता. बुद्ध मंदिराच्या दारात एक उदबत्तीचे सुरेख घर आहे, तिथे आम्ही उदबत्या लावल्या. पुढे ४० मीटर पाण्याचा बोगदा आहे, ज्यातून तुम्ही चालत जाताना शुद्ध होता असे मानले जाते. इतर देवळांप्रमाणे इथे हात-तोंड धुवायला पाणी नव्हते. सगळीकडून हिमवर्षाव सुरू झाला होता. आम्ही चालत बुद्धाच्या मूर्तीच्या पायापाशी पोहोचलो. आनंद, आश्चर्य, कलाकाराची कल्पकता पाहून वाटणारा त्याच्याप्रति आदर, त्याच बरोबर बुद्धाच्या चेहऱ्यावरील भाव पाहून येणारी मानसिक

शांतता, अशा किती भावना सांगाव्यात? त्या ४४ फूट उंच मूर्तीकडे पाहाताना भान हरपते. वर उघडे आभाळ दिसत असते त्यात बुद्धाचा चेहरा दिसत असतो. थोड्यावेळाने भानावर आले ते घंटेचा नाद ऐकून. मग लक्ष गेले ते बुद्धाच्या मूर्तीवर पडलेल्या हिमवर्षावाकडे. निसर्ग जणू अभिषेक करत होता. बुद्धाच्या मूर्तीसमोर मोठ्या मेणबत्त्या तेवत होत्या. तिथे एक धातूचे गोल भांडे ठेवले होते जे एका लाकडाच्या काठीने वाजवायचे असते. ती काठी गोल फिरवून मग त्याचा नाद करायचा असतो. ते सर्व वातावरण फार पवित्र आणि प्रभावी होते.

माझे काय भाग्य आहे मला माहीत नाही परंतु ज्या जागा मी बघायच्या ठरवल्या त्या मला सहज बघायला मिळतात. होक्काइदोमध्ये असे बुद्धाचे देऊळ आहे हे मी इंस्टाग्रामवर पाहिले होते. मनात तेव्हा ठरवलेही होते की हे पाहायचे. ते आज मला प्रत्यक्ष पाहायला मिळाले. तिथून निघावे असे वाटत नव्हते पण आज बरेच इतर कार्यक्रम होते, त्यामुळे आम्ही पुढच्या बसची वेळ पाहून ठेवली होती त्यानुसार बस स्टॉपवर आलो. बर्फात दुपारी चालताना बर्फाची तिरीप डोळ्यांना सहन होत नाही. त्यासाठी मला "काळा गॉगल घेऊन या" असे ऋषिकेशने सांगितले होते. त्यानुसार मी काळा गॉगल लावला होता. बसने स्टेशनकडे प्रस्थान केले. तो बसलेला बुद्ध बराच वेळ नजरेसमोर दिसत होता. वसंत ऋतूमध्ये इथे परत एकदा यायचे हे मी लगेच ठरवून टाकले.

४. सूप करी, स्नो फेस्टिवल आणि क्रीम कॉफी

बसने 'माको मानाइ' स्टेशनला आलो. तिथून ट्रेनने साप्पोरो स्टेशनला आलो. साप्पोरो स्टेशनच्या इमारतीमध्ये खाण्याची असंख्य रेस्टॉरंट्स आहेत. साप्पोरोची खासियत असलेला आणि खूप प्रसिद्ध असलेला पदार्थ म्हणजे 'सूप करी राईस'! ऋषिकेशने त्यासाठी एक प्रसिद्ध रेस्टॉरंट पाहून ठेवले होते. आम्ही तिथे गेलो. लाइनमध्ये थोडा वेळ थांबावे लागले. तोपर्यंत मी नक्की कोणता पदार्थ आहे ते पाहून घेतले. सूप करी म्हणजे १२ वेगवेगळ्या भाज्या

घालून केलेली आमटी असते. त्यात तुम्ही हवे तर शाकाहारी किंवा मांसाहारी असे प्रकार मागवू शकता. २८ भाज्या घातलेली आमटीसुद्धा मिळते, पण ती फारच जास्त होईल या विचाराने आम्ही १२ भाज्या असलेली सूप करी आणि त्या बरोबर भात असे जेवण घेतले.

कोणत्या भाज्या घालतात ते मेनुकार्डवर लिहिले होते. त्यात मुख्यतः गाजर, वांगे, मशरूम, बटाटा, भेंडी, लाल भोपळा, कमळाचे देठ, भोपळी मिरची, लाल आणि पिवळी भोपळी मिरची, ब्रोकोली, अशा रंगीबेरंगी भाज्या शिवाय लसूण, सोयासॉस, मीठ असते. या सगळ्या भाज्या अतिशय वेगळ्या पद्धतीने शिजवलेल्या असतात जेणे करून त्यांचा रंग तसाच राहील आणि चव ही. सोबत तुम्हाला हवा तसा भात घेता येतो. मांसाहारी असाल तर चिकन, अंडे मागवता येते. ऋषिकेशने शाकाहारी आणि मी मांसाहारी सूप करी घेतली. जेव्हा डिश समोर आली तेव्हा अगदी डोळ्यांचे पारणे फिटले. त्या रंगीत भाज्या आणि त्यांची रचना इतकी अप्रतीम होती की भूक लागलीच पाहिजे. चवी बद्दल तर काय सांगावे? भाज्यांपासून करी बनवावी तर अशी! अजिबात तेलकट नाही की तिखट नाही. योग्य प्रमाणात सगळ्या चवी. ही सूप करी इतकी प्रसिद्ध का आहे, ते जेवताना समजत होते. जपानमध्ये आतापर्यंत न जेवलेल्या जेवणाचा आस्वाद मी घेत होते.

त्यानंतर आम्ही स्नो फेस्टिवल बघायला जायचे ठरवले. जपानमध्ये साप्पोरो हे स्नो फेस्टिवल ह्या सणासाठी प्रसिद्ध आहे. तिथे तापमान उणे १० पर्यंत गेले की बर्फाचे वेगवेगळी प्रतिके किंवा शिल्पे केली जातात. मग त्यामध्ये ॲनिमे मधली कॅरेक्टर असतात किंवा विविध देशांची प्रसिद्ध ठिकाणे असतात. जसे की अगदी भारताचा ताजमहाल, पॅरिसचा आयफेल टॉवर इत्यादी. मी फार पूर्वी म्हणजे मी जपानी भाषेत बी.ए. करत असताना ह्याबद्दल शिक्षकांकडून ऐकले होतेच, शिवाय आता इन्स्टाग्रामवर याबद्दलची माहिती मिळाली होती. सगळ्यात अप्रूप या गोष्टीचे होते की हुबेहूब प्रतिमा बर्फात साकारणे हे त्या कलाकारांचे किती कला-कौशल्य असेल! दगडाला आकार

देण्याइतकेच अवघड असावे. शिवाय तापमान उणे ११ ते उणे १३ पर्यंत असताना हे काम केले जाते. फेब्रुवारीच्या पहिल्या आठवड्यात हा सण सुरू होतो आणि ८ दिवस चालतो. या वर्षीच्या सणाची तारीख डिसेंबर २०२४ मधेच जाहीर झाली होती. ती होती ४ फेब्रुवारी ते ११ फेब्रुवारी. आज ६ फेब्रुवारी होती. म्हणजे आम्ही अगदी योग्य वेळी पाहायला जात होतो.

ओओदोओरी पार्क खूप विस्तीर्ण आहे. त्यामध्ये या सगळ्या बर्फाच्या कलाकृती केल्या जातात. आम्ही आत शिरलो. सगळीकडे प्रसन्न, उत्साही वातावरण होते. पार्कच्या मध्यभागी बर्फाच्या कलाकृती तयार केल्या होत्या. त्याभोवती लोखंडाचे कुंपण होते. जवळ जवळ १ तास लागला सगळ्या कलाकृती पाहायला. एकापेक्षा एक सुरेख कलाकृती होत्या. त्यात दाखवलेले बारकावे, आकार थक्क करणारे होते. फक्त पांढरा रंग असूनसुद्धा आकर्षक!

पार्क मध्ये वेगवेगळे स्टॉल्स होते. खाण्यापिण्याची वेगवेगळी दुकाने होती. त्यात होक्काइदोचे प्रसिद्ध पदार्थ, दुधाचे प्रकार, कॉफी, बियर, कोक, इत्यादींचे स्टॉल्स होते. यावर्षी 'स्नो फेस्टिवल'ला ७५ वर्षे पूर्ण होत होती. त्या निमित्ताने कोक कंपनीने एकावर एक कॅन फ्री ठेवला होता. ऋषिकेशने त्याच्या जपानी मैत्रिणीसाठी आणि अदितीसाठी ते कॅन्स घेतले.

ओओदोओरी पार्क जिथे सुरू होते तिथे साप्पोरो टॉवर आहे. मी आतापर्यंत जपानमध्ये बऱ्याच उंच टॉवर्सना भेट दिली असल्यामुळे आणि साप्पोरो टॉवर फार काही उंच नसल्यामुळे त्यावर जायचे नाही असे ठरवले. मात्र तो फार छान दिसत होता. विशेषतः त्यावरचे डिजिटल घड्याळ वेळ दाखवत होते तो नजारा सुरेख होता. त्याच्या जवळच एक उंच बिल्डिंग होती त्यावर तापमान दर्शक होता. रोजचे तापमान किती आहे ते त्यावर दाखवले जात होते. जसा थर्मामीटरमधे पारा चढत किंवा उतरत जातो तसा त्या तापमान दर्शकाचा पारा बिल्डिंगच्या उजव्या बाजूस उभा तयार केला होता. जस जसे तापमान उतरेल तसा तो दर्शक खाली येत होता. तंत्रज्ञानाची कमाल!

पुढे एका ठिकाणी एक छोटा टेम्पो दिसला ज्याच्यामध्ये एक छोटी चिमणी होती त्यातून धूर येत होता. त्यावर लिहिले होते कोळशावर भाजलेले रताळे मिळेल. एक जोडपे भाजलेली रताळी विकत होते. मला अगदी गावाची आठवण आली. टेम्पोच्या आत डोकावून पाहिले तर ती जपानी बाई कोळशावर रताळे भाजत होती. ज्यांना जितके हवे तितके देत होती. त्यात साधा, मध घातलेला, चीज घातलेला, मेपल सिरप घातलेला असे विविध ४ प्रकार होते. आम्ही ४ ही प्रकारची रताळी घेतली. ती खायला खूपच मजा आली. कोळशावर भाजलेल्या रताळ्याची चव अप्रतीम होती.

बरेच फिरल्यावर आणि जवळ जवळ सगळे पाहून झाल्यावर ऋषिकेशने मला एक साप्पोरोबद्दल विशेष गोष्ट सांगितली ती म्हणजे तिथले कॅफेटेरिया. ऋषिकेशने मला ओसाकाला असताना तिथले ट्राम्स स्टेशनजवळील कॅफेटेरिया दाखवले होते. "इथले कॅफेटेरिया असे काय वेगळे आहेत?" असे त्याला विचारल्यावर त्याने मला, "प्रत्यक्ष जाऊनच पाहू या" असे सांगितले.

आम्ही ओओदोओरी पार्कच्या बाहेर पडलो आणि एका कॉफी हाऊसमधे शिरलो. अत्यंत वेगळे असे ते कॉफी हाऊस होते. सगळ्या जुन्या पद्धतीच्या (आताच्या काळात त्याला 'एथनिक' म्हणतात) वस्तू तिथे संग्रहित होत्या. मंद संगीत होते. भिंतीवर जुन्या कलाकारांचे फोटो होते. टेबलवर फुलांच्या रचना केलेले नाजूक फ्लॉवरपॉटस होते. एकदम शांत वातावरण होते. दोन मैत्रिणी एका टेबलवर आणि एक कॉलेज युवक दुसऱ्या टेबलवर बसले होते. याव्यतिरिक्त कोणी नव्हते. कॉफी तयार करणारे दोन युवक होते. त्यांना आम्ही ऑर्डर दिली. ऋषिकेशने "इथला चीज केक खाऊन बघा" असे म्हणून दोन चीज केक्स ऑर्डर केले. कुठेही घाई गडबड नव्हती. माणसे निवांत आपापले काम करत कॉफी पित इथे बसतात. इथले कॉफी कल्चर खरंच वेगळे होते.

हिरोयुकि सेनसेइं बरोबर मी अनेक कॉफी शॉप्समध्ये गेले आहे. परंतु आतापर्यंत गेलेल्या कॉफी शॉप्सपेक्षा हे कॉफी शॉप मला सगळ्यात जास्त

आवडले. याचे अजून एक कारण म्हणजे तिथे मिळणारे पदार्थ. चीझ केक तर उत्तम चवीचा होता. त्यावर ब्लॅक बेरी सिरप घातले होते आणि कॉफीबद्दल तर मी बरंच काही लिहू शकेन. कॉफी ज्या कपात आली ते कप म्हणजे अत्यंत उच्च प्रतीच्या काचेचे बनवले होते नाजूक आणि त्यावर नृत्य करणाऱ्या बॅले डान्सरचे कोरल होते. कॉफीसाठी वापरलेले दूध आणि क्रीम यांच्या चवीला काही तोडच नव्हती. वाफाळलेली कॉफी, तिचा सुवास आणि असा स्वाद मी पहिल्यांदाच अनुभवत होते. मी ऋषिकेशचे आभार मानले. त्याने मी येण्याआधी माझ्यासाठी जे काही ठरवले होते ते तो वेळात वेळ काढून करत होता. मग त्या बघायच्या जागा असोत की खाण्याची ठिकाणे. साप्पोरो मला खरंच खूप आवडले होते.

कॉफी पिऊन झाल्यावर आम्ही परत एकदा संध्याकाळी दिवे लागलेले ओओदोओरी पार्क फिरून पाहायचे ठरवले. स्टॉल्सवर लाल कंदील लागले होते. संध्याकाळचे दृश्य मनमोहक होते. जवळ जवळ एक तास फिरल्यावर आम्ही साप्पोरो स्टेशनला जायचे ठरवले. तेवढ्यात ऋषिकेशला त्याच्या शिक्षकांचा फोन आला, त्याला काही कारणाने जावे लागत होते. मग आम्ही साप्पोरो स्टेशनला रेस्टॉरंट जवळ भेटायचे ठरवले.

मला बिल्डिंग फिरून बघायला वेळ मिळणार होता.

५. शिरोइ कोइबितो... चॉकलेट फॅक्टरी

माझ्याकडे फक्त एक दिवस होता साप्पोरो मधला. आता कुठे बरं नेणार आहे ऋषिकेश मला? आदल्या रात्री त्याने सांगितले की चॉकलेट फॅक्टरी बघायला जाऊ.

ओसाकामधे जपानचे प्रसिद्ध चॉकलेट मेइजीं'ची फॅक्टरी आहे आणि ती बघायला ग्रुपनेच जाता येते. त्यामुळे माझे जायचे राहून गेले होते. इथली चॉकलेट फॅक्टरी कशी असेल याची उत्सुकता होतीच.

या चॉकलेट फॅक्टरीचे नाव आहे 'शिरोइ कोइबितो'. 'शिरोइ' म्हणजे पांढरा रंग आणि 'कोइबितो' म्हणजे प्रियकर किंवा प्रेयसी. पांढरा शुभ्र रंग बर्फाचा असतो, तर बर्फ हाच प्रियकर किंवा प्रेयसी असे तर नसावे?

या फॅक्टरीला जाण्यासाठी साप्पोरोच्या 'ओओदोरी' स्टेशनपासून 'तोझाइ' ही सबवे लाईन पकडून 'मियानोसावा' या स्टेशनला उतरायचे. तिथून साधारण ५ ते ७ मिनिटे चालत गेले की ती अप्रतीम चॉकलेट फॅक्टरी दिसते.

मियानोसावा स्टेशन मला फार आवडले. खूप ऐसपैस आणि अत्याधुनिक होते. स्टेशनच्या जमिनीवर चॉकलेट फॅक्टरीची चित्रे होती. बाहेर पडल्यावर सगळीकडे बर्फच बर्फ होता आणि रस्त्याच्या कडेला सुरेख झाडे होती. ज्यावर लाल भडक फुले फुलली होती. पांढऱ्या शुभ्र पार्श्वभूमीवर ते रंग उठून दिसत होते. रस्ता ओलांडून गेल्यावर ५ मिनिटांतच फॅक्टरी दिसू लागली.

१९४७मध्ये साप्पोरो इथे ही 'इशिया' चॉकलेट फॅक्टरी सुरू केली गेली. साप्पोरो इथले समृद्ध दुग्धजन्य पदार्थ आणि चॉकलेट यापासून बनवलेले ही चॉकलेट्स किंवा क्रीम बिस्किटे ही जपानच्या इतर आदर्श स्मृतिप्रतिके (सोव्हिनिअर्स) प्रमाणेच प्रसिद्ध आहेत. जगभरातून लोकं ही चॉकलेट्स घ्यायला येतात. अप्रतिम चव आणि कल्पकता यासाठी प्रसिद्ध असलेली ही चॉकलेट्स कशी बनवतात ते ह्या फॅक्टरीमध्ये बघता येते.

आम्ही प्रवेशद्वारातून आत शिरलो. पाश्चिमात्य पद्धतीची इमारत होती. गॅलरीमध्ये इशिया चॉकलेटच्या प्रसिद्ध 'स्नो मॅन'च्या बाहुल्या अंतरा अंतरावर सुशोभित केल्या होत्या. बर्फाने आच्छादलेली कौलारू छपरे आणि हिरव्यागार पाईन वृक्षावरील बर्फ त्या सौंदर्यात भर घालत होते.

'शिरोइ कोइबितो' असे नाव लिहिलेल्या मोठ्या पाटीच्या पाठीमागे उभे राहून लोकं फोटो काढत होती. तसे फोटो काढण्यासाठी त्या पाटी समोर मोबाईल फोन ठेवायला एक स्टँड ठेवला होता. तिथे फोन ठेवून ग्रुप फोटो काढता येत होता. ऋषिकेशने माझा एक फोटो तिथे काढला. फोटो ही आठवण असते.... त्या जागेची, त्या क्षणांची! जपानच्या सुरेख जागांनी मी तिथे गेले तेव्हा

आणि त्यांच्या फोटोंमुळे नंतरही मला खूप आनंद दिला आहे. बऱ्याच लोकांना स्वतःचा फोटो काढायचा नसतो किंवा काही लोकांचे मत असे असते की जागेचे फोटो काढावेत आपण तिथे असल्याचा पुरावा कशाला हवा?मी त्यांच्या ह्या मताचा आदर करते. मी सेल्फी किंवा माझा फोटो त्या जागेवर काढायचे माझे मत असे आहे की मला माझे ते फोटो बघताना त्या जागी गेल्याचा पुनः प्रत्यय येतो.

आम्ही आत शिरल्यानंतर अनेक गोष्टींनी मन आकर्षित झाले. फॅक्टरीमध्ये काम कसे चालते ते दुसऱ्या मजल्यावर जाऊन पाहायचे होते. तिथे मोठ्या काचेच्या खिडक्या होत्या त्यामधून खाली चाललेले काम दिसत होते. अतिशय स्वच्छ आणि शुद्ध वातावरणात चॉकलेट्स तयार होत होती. पट्ट्यावरून जाणारी ती चॉकलेट्स आणि कुकीज पाहताना लहान मुलेच नाही तर मोठी माणसे सुद्धा आनंद घेत होती. मिक्सिंगपासून ते पॅकिंगपर्यंत सगळे बघायला मिळत होते.

तिथून पुढे आम्ही एका कॅफेटेरियामध्ये गेलो. समोर 'शिरोइ कोइबितो' थीम पार्क,त्यामधला मेकॅनिकल टॉवर,बर्फाच्छादित डोंगर असे सुरेख दृश्य दिसत होते. आम्हाला खिडकी जवळील जागा हवी होती. त्यासाठी १५ मिनिटे थांबावे लागेल असे तिथल्या जपानी कर्मचारी स्त्रीने सांगितले. त्या १५ मिनिटांत आम्ही त्या मजल्यावरील अनेक छान गोष्टी पाहिल्या. एक ऑटोमॅटिक पियानो होता. म्हणजे तो वाजवण्यासाठी वादक नसूनही तो सुरेख वाजत होता. पुढे गेलो तर कप रूम होती. त्यात मोठा कप ठेवला होता ज्यावर बसून तुम्हाला फोटो काढता येऊ शक्तो. तसेच जुन्या काळातील फोन बूथ,मुलांना आवडतील अशा बाहुल्या, इत्यादी गोष्टी होत्या.

आमचा नंबर आला आणि आम्ही कॅफेटेरियामध्ये जाऊन स्थानापन्न झालो. मेनू कार्ड बघून ऑर्डर दिली आणि समोरील दृश्य बघण्यात मी गुंग झाले. स्वित्झर्लंड असेच असेल का?असा मनात प्रश्न आला. सुरेख दूरवर दिसणारे बर्फाच्छादित डोंगर. छोटे स्वच्छ रस्ते. निसर्गाच्या त्या दृश्यांना कुठेही तडा

जाणार नाही अशी बांधलेली रेल्वे लाइन आणि छोटी उतरत्या छपरांची घरे, मधेच जाणारी लाल बस. जणू काही परिच्या राज्यात आहोत असे वाटत होते. समोरील मेकॅनिकल टॉवरमध्ये एक घड्याळ होते. दुपारचा एक वाजला होता आणि त्याच्या संगीताबरोबर त्या टॉवरच्या वरच्या मजल्यावरून एकापाठी एक बाहुल्या येऊ लागल्या त्यात रेन डियरची गाडी, सांताक्लॉज, क्रिसमसची आठवण करून देणारी दृश्ये होती. वाद्ये वाजवणाऱ्या बाहुल्या अगदी खरेखुरे वादक वाटत होते. तिथले आइस्क्रीम आणि कॉफी अप्रतीम होती. समोरील थीम पार्कमधली दृश्ये बघत खाण्यापिण्यात छान वेळ जावा अशी त्या कॅफेटेरियाची रचना होती.

आता निघायला हवे होते. बर्फ पडायला सुरुवात झाली आणि आम्ही थीम पार्क थोडे फिरून बघायचे ठरवले.

खाली उतरलो आणि थीम पार्क पाहिले. सगळीकडे बर्फ तर होताच पण मुलांना आणि तरुण युवक युवतींना आकर्षक वाटावे असे तिथे मनोरंजनाचे खेळ होते. आम्हाला अजून एक जागा बघायची होती म्हणून मग आम्ही तिथून निघालो.

आम्हाला होक्काइदो जिंजा बघायला जायचे होते.

६. होक्काइदो जिंजा

आम्ही चॉकलेट फॅक्टरी बघितल्यानंतर होक्काइदो जिंजाला जायचे ठरवले.

ओओदोओरी स्टेशनपासून ट्रेनने मारुयामा स्टेशनपर्यंत जाऊन तिथून चालत १५ मिनिटांवर आहे. ऋषिकेशने मला सांगितले की मारुयामा पार्क फारच सुरेख आहे, ते पाहून मग जिंजा बघायला जाऊ.

मारुयामा स्टेशनपासून चालत पाच मिनिटांवर 'मारुयामा पार्क' आहे.

सगळीकडे बर्फ पसरलेले परंतु अतिशय सुरेख असे मारुयामा पार्क नक्की बघण्यायोग्य आहे. खूप उंच वृक्ष आणि साकुराची झाडे असलेले हे पार्क वसंत ऋतूमध्ये किती सुरेख दिसत असेल! होक्काइदो जिंगुकडे जाणारा रस्ता आम्ही चालू लागलो. रस्त्यावर काचेसारखा तयार झालेला गुळगुळीत बर्फ होता. खूप काळजीपूर्वक चालायला लागत होते. आम्ही देवळाच्या आवारात पोहोचलो. तोरीइ (देवळाचे द्वार) भव्य आणि दगडाचे होते.

हे देऊळ १८६९ मध्ये बांधण्यात आले. इथे एकूण ४ देवता पुजल्या जातात. त्यापैकी एक 'मेइजि सम्राट' आहे. ह्या देवळाचा राजघराण्याशी संबंध असल्यामुळे राजघराण्याचा शिक्का इथे बघायला मिळतो. कंदील अतिशय सुरेख होते. तसेच नजरेत भरणारी एक गोष्ट म्हणजे शिमेनावा. 'शिमेनावा' म्हणजे तांदुळाचे गवत किंवा हेम्प पासून तयार केलेले तोरण. हे फार पवित्र मानले जाते आणि दाराला लावले जाते. ते तयार करणारे कारागीर फार उत्तम पद्धतीने हाताने ते तोरण तयार करतात. हे शिमेनावा जरा अधिक रुंद होते. त्यावर तांदूळ साठवण्याच्या गोणी ठेवल्या होत्या.

देवळाचे बांधकाम 'शिमीने झुकुरी' या प्रकारात मोडते. पण मला ते 'सुमियोशी' सारखे प्रथमदर्शनी वाटले. नंतर नीट पाहिल्यावर थोडा फरक जाणवला. शिन्तो देवळांच्या बांधकामाविषयी अधिकाधिक माहिती मिळवायला मला आवडते. त्यामुळे मी देवळाच्या बांधकामाबद्दल वाचते. ते कोणत्या काळातील आहे, कोणत्या प्रकारात मोडते, इत्यादी कळले की त्या देवळाकडे बघण्यात अधिक रस निर्माण होतो.

स्वच्छ परिसर, बर्फाची शीतलता, ऊन्हाचा उबदारपणा, सुरेख पडदे, श्रीमंतीची साक्ष देणारे सोन्याचे शिक्के आणि लाकडांच्या दारांवरील सोन्याचे कोरीव काम, या सगळ्यांमुळे ते देऊळ अतिशय आकर्षक आणि पवित्र वाटत होते.

देऊळ पाहून झाल्यावर मात्र आम्ही परतायचे ठरवले. परतीच्या रस्त्यात आम्हाला दिसले ते पुजान्याचे घर. ठेंगणे सुबक घर होते. बर्फाच्या मध्यभागी होते. भर हिवाळ्यात बाहेर पडणे देखील कठीण होत असावे.

घरी जाऊन मला आवरायचे होते. दुसऱ्या दिवशी दुपारी ३ चे फ्लाईट होते. रात्री आम्ही उदोन खायला परत बाहेर पडलो. थंडीमधे गरम गरम उदोन खाण्यात वेगळीच मजा आहे.

साप्पोरोमध्ये अगदी ४ दिवसच माझे राहणे झाले परंतु या ४ दिवसात कित्तीतरी जागा मी पहिल्या. ज्या जागा बघायचे माझे कधीपासून स्वप्न होते. २०१२ मध्ये जपानी भाषेत बी. ए. करताना 'होक्काइदो' आणि 'साप्पोरो'बद्दल बराच अभ्यास केला होता. तिथले जनजीवन, आदिवासींचा इतिहास, मेइजि काळात झालेली प्रगती, भौगोलिक परिस्थिती, दुग्धजन्य पदार्थांबद्दल आणि इतर पदार्थांबद्दल वाचले होते. पण इतक्या वर्षांनी मी साप्पोरो बघायला येईन असे कधी वाटले नव्हते.

दुसऱ्या दिवशी ट्रेनने 'चितोसे' विमानतळापर्यंत सोडायला ऋषिकेश आला. चितोसेवरून मला 'हानेदा' विमानतळावर जाऊन तिथून 'नारिताला' जायचे होते.

परतीचा प्रवास सुरु झाला.

माझ्या डोळ्यासमोर येत होता तो बर्फाचा वर्षाव अंगावर घेत ध्यानस्थ बसलेला बुद्ध. साप्पोरो मला खूप आवडले होते. परत कधी येईन माहीत नाही, परंतु ऋषिकेशने दाखवलेले साप्पोरो मात्र कायम स्मरणात राहील.

'ऑना'ने आकाशात झेप घेतली.... खिडकीतून दिसणाऱ्या माउंट फुजीला मी नमस्कार केला. परत येईन असे हळूच सांगितले आणि समोर दिसणाऱ्या आकाशाच्या नेवीगेशन वर लक्ष केंद्रीत केले.

समारोप

२०२३ च्या ऑक्टोबरमध्ये शैक्षणिक सहलीच्या निमित्ताने पुन्हा एकदा जपानला गेले. २०२४ मध्ये मनसोक्त पाहिलेला साकुरा आणि ओसाकाचे वास्तव्य, शरद ऋतूमधला मनमोहक चिनार आणि टोकियो-ओसाका प्रवासातला फुजी अनुभवायला आणि हिरोयुकी सेनसेइंसोबत पाहिलेले चिशाकुइन, नाकानोशिमा म्युझियम अभ्यासायला मिळाले. देश आवडता असला की मग होणाऱ्या थोड्याफार त्रासाची पर्वा नसते. अती थंडीची सवय नसल्यामुळे आजारी पडणे, ताप येणे हे साहजिक होते. भरपूर चालावे लागल्यामुळे झालेले श्रम वयानुसार जाणवत होते. परंतु या सगळ्यात एकच आनंदाची गोष्ट होती ती म्हणजे माझ्या आवडत्या देशात मी राहत होते, प्रवास करत होते.

सुंदर निसर्ग, प्रसिद्ध पर्यटनस्थळे आणि भरपूर खरेदी हे उद्देश ठेवून बरेचदा पर्यटकांचे विदेशात जाणे होते. जपान हा देश यापुढे जाऊन कितीतरी गोष्टी बघण्यासाठी, अनुभव घेण्यासाठी आहे.

जपानी गावांची रचना, अनेक वर्षं जोपासलेली मात्र विदेशी पर्यटकांना माहीत नसलेली देवळे, जिथे ट्रेन किंवा बस जात नाहीत अशी बेटे, आदरातिथ्य करणारे जपानचे होम-स्टे देणारे नागरिक, स्वतःच्या देशाचा अभिमान जपत विदेशी पर्यटकांना काय आवडेल याचा विचार करणारे जपानी माणसे, शांतता आणि कुठेही असणारी स्वच्छता असलेला जपान हा अलौकिक देश आहे. ही अलौकिकता अनुभवायची असेल तर तिथे जाणे हे अनिवार्य आहे. माझे जपान पर्यटन चालूच राहील.

हे पुस्तक आवडले तर जरूर कळवा.

विद्‍यार्थ्यांच्या प्रतिक्रिया

संजना पोतदार
(शैक्षणिक सहलीतील सहभागी
विद्‍यार्थिनी)

लहानपणी शिनचॅन, कितरेत्सू, डोरेमोन ही कार्टून्स पाहून जपान या देशाबद्दल कुतूहल निर्माण झाले होते. मग पुढे कॉलेजमध्येही जपानचे आर्किटेक्चर शिकलेले आठवते. पण जपान आणि जपानी भाषेत खरा रस आला तो म्हणजे 'नारूतो' ह्या ॲनिमेमुळे. जपानी भाषा शिकायला लागल्यापासून जपानला जाण्याची ओढ मनात होती. ते स्वप्न साकार झालं सुजाता सेनसेईंमुळे.

२०२३ साली सेनसेईंसोबत ऑक्टोबरच्या महिन्यात मी 'कानसाई स्टडी टूर'ला गेले होते. आम्ही ओसाका, क्योतो, कोबे आणि नारा ही चार शहरे पाहिली. जपानबद्दल ऐकताना नेहमीच त्यांच्या शिस्तप्रिय आयुष्याबद्दल ऐकले आहे. ते प्रत्यक्षात अनुभवायला मिळाले. ट्रेन, बस सगळीकडे गर्दी असली, रश आवर असला तरी कुठेच शिस्त मोडली जात नाही. सगळ्यात नवल याचे वाटले की आम्ही एका ट्रेनसाठी थांबलो होतो आणि ती ट्रेन दोन मिनिटे उशिरा आली. फक्त दोन मिनिटांचा उशीर असला तरी ट्रेनच्या कंडक्टरने प्रत्येक डब्यात जाऊन प्रवाशांची माफी मागितली. अगदीच आश्चर्य वाटले.

ज्या ज्या ठिकाणी गेलो त्या ठिकाणची माहिती, तिथिला इतिहास सेनसेईंनी आम्हाला सांगितला. आमच्या प्रश्नांचे समाधानही केले. जेवताना काय ऑर्डर

करावे यापासून ते मार्केटमध्ये काय विकत घ्यावे ह्यापर्यंत सगळ्यासाठी सेनसेइंनी खूप छान मार्गदर्शन केले. त्यातून शैक्षणिक सहल होती म्हणजे नुसते पर्यटन स्थळे बघणे, खरेदी करणे एवढेच नाही, तर जपानी लोकांशी जपानी भाषेत बोलायलाही सेनसेइंनी प्रोत्साहन दिले. 'कोको इचिबान'मध्ये मी जपानीमध्ये वाक्य बनवून हळूच सेनसेइंना विचारले होते, "हे बरोबर आहे का? अशी ऑर्डर देऊ का?" तेव्हा जिथे चुकले तिथे बदल सांगून सेनसेइंनी मला ऑर्डर द्यायला लावली. तसेच शॉपिंग करायला गेलो तिथल्या दुकानदारांशी जपानी भाषेत बोलायला प्रोत्साहित केले. यामुळे जपानी बोलण्याचा आत्मविश्वास अजून वाढला.

सेनसेइ सारख्या म्हणतात की कितीही वेळा जपानला गेलं तरी मन भरत नाही ते का हे मला ह्या टूरमुळे समजले. मी डिझायनर असल्यामुळे जपानी लोक बारीक-सारीक गोष्टींमध्ये किती लक्ष घालतात ह्या गोष्टीचं फार कौतुक वाटलं. आराशियामातील किमोनो फॉरेस्ट, आराशियामा स्टेशनवरचे कंदील, कोबेमधील मॅन होल कव्हर, ओसाका मधील ऋतूप्रमाणे बदलणारे वॉटर क्लॉक, या काही उदाहरणांमधून जपान त्यांची संस्कृती पर्यटकांना कशी दाखवते आणि त्यांच्या पर्यटनाला कसे प्रोत्साहन देते हे समजून येते.

एखादी भाषा शिकताना त्या भाषेविषयी, त्या देशाविषयी, तिथल्या रूढी, चाली, परंपरा, संस्कृती विषयी ही प्रेम निर्माण करावे लागते. सुजाता सेनसेइ हे कार्य अगदी मनापासून पार पाडतात. हे माझे भाग्य आहे की मला सुजाता सेनसेइंसारख्या शिक्षिका लाभल्या ज्या स्वतःचं जपानवरच प्रेम त्यांच्या शिष्यांवर बिंबवतात. भविष्यात जपानचे बाकीचे भाग ही सेनसेइंसोबत बघता येतील ही आशा.

या अविस्मरणीय अनुभवासाठी तुमचे खूप खूप आभार सेनसेइ.

देविका देशपांडे

(शैक्षणिक सहलीतील
सहभागी विद्यार्थिनी)

सुजाता सेनसेईंसोबत जपानला जायचं हा माझा नववीत, मी जपानी भाषा शिकायला सुरूवात केली तेव्हापासून हट्ट होता. जपानला फिरायला जाताना सेनसेईंसोबत गेलं तर कितीतरी नवीन गोष्टी कळतील असं माझ्या मनात आलं होतं. मी सेनसेईंच्या मागेच लागले की माझी दहावी झाली की तुम्हीच आम्हाला जपानला घेऊन जा. पण दुर्दैवाने तेव्हाच कोरोना आला. नंतर २०२३ मध्ये जपानने पर्यटन प्रवासावरील बंदी उठवली, आणि सेनसेईंनी स्टडी टूर घोषित केली! मला खरं तर पहिल्याच वेळेस जायचं होतं, पण बहुतेक अजून जपानने मला बोलवलं नव्हतं.

मात्र दुसऱ्यांदा जेव्हा सेनसेईंनी 'ऑटम स्टडी टूर'ची घोषणा केली, तेव्हा माझ्या मनात पक्कं होतं की ह्या वेळेस आपण जपानला जायचंच. आणि मग प्रवासापर्यंत कसे दिवस गेले कळलंच नाही! बघता बघता आम्ही सगळे जपानमध्ये होतो! ते ही ओसाका!! आणि सेनसेईंनबरोबर! माझ्या कल्पनेप्रमाणे, किंवा त्याहून खूप सुंदर असा जपान प्रवास सुरू झाला. संपूर्ण प्रवासात सेनसेईंनी आम्हाला वेगवेगळ्या गोष्टी सांगितल्या. सेनसेईंनी आम्हाला स्वतःहून ट्रेनचं तिकीट काढायला शिकवलं, जपानी भाषेत बोलायला प्रोत्साहन दिलं, तिथल्या सगळ्या साईन्स् कशा वाचायचा, कोणती ट्रेनची लाईन कुठे जाते, हे सगळं आम्हाला सेनसेईंनी सांगितलं.

माझ्या आठवणीतला सगळ्यात मज्जेदार किस्सा म्हणजे कियोमिझुदेरा वरून परत येत असताना मी रस्त्यात हरवलेला माझा ट्रेनचा पास. पण तेव्हासुद्धा सेनसेईंनी माझ्यावर न चिडता "पास शोधून ये" असे म्हटले. आणि नशिबाने तो पास सापडला सुद्धा!

आम्ही ज्या ज्या ठिकाणी गेलो त्या ठिकाणची, तिथे काय काय होते ह्या सगळ्याची माहिती सेनसेई आम्हाला सांगायच्या. शेवटच्या दिवशी आम्ही ओसाकामधे एकट्याने फिरू शकू एवढं आम्हाला समजंत होतं! सेनसेईंनी आम्हाला एवढे दिवस जे जे सांगितलं, शिकवलं ते सगळं शेवटच्या दिवशी एकट्यानी फिरताना आत्मविश्वासाने 'वापरता' आलं!

परतीच्या विमानामध्ये बसून निघताना, बहुश्रुत 'कांसाई एअरपोर्ट'च्या दिव्यांकडे बघून पटकन माझ्या डोळ्यात पाणी आलं. कारण हा अविसस्वारणीय प्रवास आता संपत होता. खरंच अजून सांगायला खूप आहे, एवढं की शब्दांत सांगता येणार नाही. पण एक नक्की सांगेन ही माझ्याकरता 夢の旅 (युमे नो ताबी) होती, म्हणजे मी 'स्वप्नात बघितलेल्या सहलीसारखीच खरी सहल' होती. ह्या सगळ्याचं क्रेडिट सेनसेईंना जातं. त्यांनी आम्हाला कायमच फक्त भाषा नाही तर खऱ्या अर्थाने जपानची संस्कृती सुद्धा शिकवली.

साक्षी वाणी

मी जपानी भाषा शिकायला सुरुवात केली कारण माझ्या वडिलांनी सुचवलं होतं की मी एखादी परदेशी भाषा शिकावी. माझा मोठा भाऊ आधीच जपानी शिकत होता म्हणून मीसुद्धा त्या वर्गात दाखल झाले. सुरुवातीला ही भाषा शिकताना काहीतरी नवीन शिकते आहे एवढंच वाटायचं. मधे काही काळ अभ्यासापासून थोडी दुरावलेही होते.

वर्गात शिक्षण घेत असताना, सेनसेइ त्यांच्या जपान ट्रूरबद्दल सांगायच्या. त्या गोष्टी ऐकताना मी जरी उत्सुकता वाटली तरी प्रवासात सहभागी होण्याचा विचार केला नव्हता. जेव्हा मी वडिलांना सांगितलं की सेनसेइ जपानसाठी एक अभ्यास दौरा आयोजित करत आहेत, तेव्हा माझ्या वडिलांनी अगदी ठामपणे सांगितलं, "हा अनुभव तू घ्यायलाच हवा!" खरं सांगायचं तर, मला सुरुवातीला फार इच्छा नव्हती. पण आज मात्र मी खूप आनंदी आहे की त्यांनी मला तिथं पाठवलं.

त्या प्रवासानं मला खूप गोष्टी शिकवल्या.

कुटुंबातील व्यक्तींशिवाय परदेशात जाण्याचा हा माझा पहिलाच अनुभव होता. तोही जपानसारख्या शिस्तप्रिय, सुंदर देशात! तिथं गेल्यावर, मी जपानी भाषा प्रत्यक्षात अनुभवली. आता ती फक्त पुस्तकातली भाषा राहिली नाही - ती जगण्यातली भाषा झाली. दुकानात, ट्रेनसमध्ये होणाऱ्या घोषणांमध्ये, रस्त्यांवर, ती भाषा माझ्या सोबत होती. मला जाणवलं की मी ज्या भाषेपासून थोडी दूर गेले होते, ती आता मला पुन्हा जवळची वाटू लागली आहे.

या सगळ्या प्रवासात सेनसेइंचं मार्गदर्शन खूप महत्त्वाचं ठरलं. त्यांनी आम्हाला फक्त पर्यटन नाही, तर जपानी संस्कृतीची खरी ओळख करून दिली. जेवण, शिष्टाचार, लोकांचा आदरभाव, त्यांच्या रोजच्या सवयी - हे सगळं अनुभवताना मला खूप शिकायला मिळालं. त्यांच्या मदतीने मी स्थानिक लोकांशी बोलू शकले, जपानला जवळून पाहू शकले, आणि भाषा समजून घ्यायला लागले. या संपूर्ण प्रवासात मी अनेक प्रसिद्ध ठिकाणं पाहिली —

क्योतोची शांत मंदिरे, नाराचे मृग, ओसाकाची जलद जीवनशैली आणि शहराचं आधुनिक रूप.

प्रवासात एक मजेशीर गोष्ट होती - मी आणि ऋषी दादा दोघंच पूर्ण शाकाहारी होतो! आम्ही जिथे जिथे जात असू, तिथे शाकाहारी रेस्टॉरंट शोधणं हे सगळ्यांसाठीच एक वेगळं मिशन असायचं. आमच्यामुळे संपूर्ण ग्रुपला अनेकदा वेळ घालवावा लागायचा - Google Maps वर शोधण्यात, पण शेवटी काही ना काही मिळायचंच! हे सगळं करताना गंमतही यायची आणि एकत्र शोधाशोध करत आमचं ग्रुप बॉन्डिंग अजूनच मजबूत झालं. त्यांच्या अनुभवातून खूप काही शिकायला मिळालं आणि त्यांच्या शांत स्वभावामुळे प्रवास अजून सुखद झाला. सेनसेईंनी प्रत्येक ठिकाणी आम्हाला मार्गदर्शन केलं, आणि खूप प्रेमाने सगळ्यांची काळजी घेतली.

सेनसेइ फक्त आमच्या शिक्षिका नव्हत्या, तर त्या आमच्यासोबत हसणाऱ्या, खेळणाऱ्या मैत्रीणही झाल्या होत्या. या प्रवासामुळे माझी भाषा शिकण्याची ओढ परत निर्माण झाली. आता मला जपानी शिकणं फक्त अभ्यास न वाटता, खऱ्या अर्थाने आवडायला लागलं आहे. या सगळ्याचं श्रेय मी माझ्या सेनसेईंना देते. त्यांनी पुन्हा एकदा माझं जपानसारख्या सुंदर देशाशी आणि जपानी भाषेशी एक विशेष नातं निर्माण करून दिलं.